ஜெயித்தால் சிம்மாசனம்
தோற்றால் தூக்குமேடை

மதுரை வீரன் மருதநாயகம்
வரலாறு

மு.பாலகிருஷ்ணன்
[கங்கை பாணன்]

உங்கள் ரசனை மேம்பட
வானவில்
புத்தகாலயம்

10/2 (8/2) போலீஸ் குவார்ட்டர்ஸ் சாலை (முதல் தளம்)
(தியாகராயநகர் பேருந்து நிலையத்திற்கும் காவல் நிலையத்திற்கும் இடைப்பட்ட சாலை)
தியாகராயநகர், சென்னை – 600 017

Phone: 2986 0070 , 2434 2771 Cell: **72000 50073**
Vanavil Puthakalayam 6 th sense_karthi
e-mail : vanavilputhakalayam@gmail.com
Website: www.sixthsensepublications.com

Publisher
Karthikeyan Pugalendi

Managing Editor
P. Karthikeyan

Layout
Mcreative

Cover Design
Creative Studios

No part of this book may be reproduced or transmitted in any form without permission in writing from the author and publisher

நீங்கள் Smart Phone உபயோகிப்பவராக இருந்தால் QR Code Reader Application மூலம் இதை Scan செய்தால் நேரடியாக எமது இணையதளத்திற்கு சென்று மேலும் எங்கள் வெளியீடுகள் பற்றிய விவரங்களைப் பெறலாம்

ISBN: 978-93-93699-29-9

Title:
Madurai Maaveeran Marudhanayagam

Author:
M. Balakrishnan

Address:
Vanavil Puthakalayam
10/2(8/2) Police Quarters Road (1st Floor),
(Between Thiyagaraya Nagar Bus Stop & Police Station)
Thiyagaraya Nagar, Chennai - 600 017
Phone: 2986 0070, 2434 2771
Cell: **72000 50073**

Vanavil Puthakalayam
6 th sense_karthi
e-mail : vanavilputhakalayam@gmail.com
Website: www. sixthsensepublications.com

Edition
First : January, 2024

Pages : 120
Price : ₹ 166

தலைப்பு:
மதுரை மாவீரன் மருதநாயகம்

நூலாசிரியர்: மு. பாலகிருஷ்ணன்

பக்கங்கள்: 120
விலை : ₹ **166**

முதற்பதிப்பு: ஜனவரி, 2024

வானவில் புத்தகாலயம்
10/2 (8/2) போலீஸ் குவார்ட்டர்ஸ் சாலை (முதல் தளம்)
(தியாகராயநகர் பேருந்து நிலையத்திற்கும்
காவல் நிலையத்திற்கும் இடைப்பட்ட சாலை)
தியாகராயநகர், சென்னை – 600 017

தொலைபேசி : 29860070, 24342771

கைபேசி: **72000 50073**

மின்னஞ்சல்: vanavilputhakalayam@gmail.com

இந்தப் புத்தகத்திலுள்ள எந்த ஒரு பகுதியையும் பதிப்பாளர், எழுத்தாளர் இருவரின் அனுமதியையும் எழுத்து மூலம் பெறாமல் மொழிபெயர்க்கவோ பதிப்பிக்கவோ கூடாது

சீர்வளர் மதுரை தன்னிற் சிறக்கவே செங்கோலோச்சிப்
பார்வளரமுதம் போன்ற பாஷா நபாபு மெச்சும்
கார்வளர் பிரபு டீகக்கான் சாயபுகதையைப் பாடத்
தார்வளர்கூடல் மேவுந்தந்தி பொற்பதங்காப்பாமே

மகுட முடிடால் விருதிலங்க ஜன்னல்
மத யானை வளர்த்தெடுத்த வரிவேங்கைக்குட்டி
விகடமிடுவோர்கள் குல காலன் வெற்றி
விசையாலீம்குலம் விளங்கவருதீரன்
ரதகஜதுரகப் படையாளன் நல்ல
நடனமிடுபரிகுல துடிநிபுணகொடியான்
கள்ளரைக் கருவறுத்த தீரன் நல்ல
கனமான மதுரை நகராண்டிடுஞ்சூரன்

- கான் சாகிபு சண்டை

மதுரை மண்ணின் முதல்
'கேப்டன்' மருதநாயகம் (எ) கான்சாகிப்

பிரிட்டிஷ் அரசு சார்பாக பாளையக்காரர்களை அடக்கி ஒடுக்கிய 'கான்சாகிப்' என்ற ஒரு ராஜ்ஜியம்கூட இல்லாத சண்டைக்காரனின் கதை எலிஸபெத் ராணியை வரவழைக்கும் அளவிற்கு எப்படி ஒரு பிரம்மாண்டமான வரலாற்றுப் படமாக உருப்பெற்றது என்ற கேள்வி எப்போதுமே இருந்து வந்தது.

பாளையக்காரர்கள் பலரின் வாழ்க்கை வரலாற்றை ஆய்வு செய்து எழுதும் அய்யா பாலகிருஷ்ணனின் புத்தகங்களில் நடு நடுவே கான் சாகிப் பற்றிய குறிப்புகள் இருக்கும். அவரிடம் ஏன் அந்தப் பேரைச் சுற்றி இத்தனை சர்ச்சை... மர்மம்? அதற்கெல்லாம் பதிலளிக்கும் விதத்தில் மருத நாயகத்தைப் பற்றி ஒரு புத்தகமாக எழுத முடியுமா? என்று கேட்ட பொழுது அவர் சுவாரஸ்யமான பல தரவுகளை அடுக்கினார்.

கேஜிஎஃப் படத்தில் வருவதுபோல "அவன் பத்து பேர அடிச்சு டானாகல...அவன் அடிச்ச பத்து பேருமே டான்" என்பது போல் ஒரு பீடிகையுடன் ஆரம்பித்தார்

"யூசஃப் கான் வில்லங்கமானவன். அவன் ஒரு ஜின் போல ஆங்கிலேயர்கள் துக்கிலிட்ட பின்பும் உயிர் பெற்று வந்துவிடுவானோ என்று அஞ்சி நடுங்கினர். அவன் கதையைச் சொன்னால் பலபேர் பற்றிய நமது பிம்பம் உடைபடும்." சரியான கேள்விகள் கேட்டால் இன்னும் தெளிவான பதில்கள் கிடைக்கும் என்று தோன்றியது.

"சார் ஆங்கிலேயரிடமும், ஃப்ரெஞ்சுக்காரர்களுக்கும் வேலை பார்த்த ஒருவனை ஏன் புரட்சிக்காரனாகப் பார்க்கிறோம்? அவன் கொல்லப்பட்டது கம்பெனியின் பணத்தைக் கையாடல் செய்ததற்காகவா இல்லை கிளர்ச்சி செய்ததற்காகவா?"

"படிக்காத முரடனாகச் சுத்தித் திரிந்த அவனது பயணம் அவன் ஒரு மாமரத்தில் கல் எறிந்ததிலிருந்து துவங்கி கடைசியில் மாமரத்திலேயே தூக்கிலடப்பட்டு முடிந்தது. மற்றவர்கள் செய்ததெல்லாம் கொரில்லா யுத்தம், இவன் செய்தது படைபலத்துடனான திறந்த வெளிப் போர்" என்று அவர் கதையைச் சொல்லச் சொல்ல என்னுள் பலவிதமான எண்ண ஓட்டங்கள்.

ஐபில் போட்டிகளில் பல அணிகளுக்கு விளையாடி ஆட்டநாயகனாகப் பரிசுகளை வென்று குவிக்கும் அதிரடி ஆட்டக்காரன் திடீரென்று எல்லாவற்றையும் விட்டுவிட்டு தன் நாட்டுக்கான கடமையை ஆற்ற ஓடுகிறான் இல்லையா? அப்படித்தான் கான் சாகிபின் வாழ்க்கையும் என் கண் முன் விரிந்தது.

"பனையூரிலிருந்து பாண்டிச்சேரி செல்கிறான். உடல் வலிமைக்கேற்ற வேலைகளைச் செய்து கொண்டிருந்தவனின் மன வலிமையும், சிந்திக்கும் திறனும், கற்றல் திறனும் சோதனைக்குள்ளாகிறது. பிரெஞ்சுக்காரர்கள் அலைக்கழைக்கிறார்கள். தஞ்சை செல்கிறான். கல்லணையைக் காக்கிறான். ஆங்கிலேயருக்கும், மராத்தியருக்கும் உறவுப் பாலம் அமைத்து நவாபிடம் சிப்பாயாக வேலை செய்கிறான். ஆங்கிலேயர்கள் கொடுக்கும் சந்தர்ப்பத்தையெல்லாம் பயன்படுத்திக்கொண்டு நவீன ஆயுதப் பயிற்சி, பன்மொழிப்

புலமை பெற்று ஆற்காடு நவாபை மீறி சுபேதாராகும்வரை வளர்கிறான்.

இதுவரை யாரோ ஒருவர் மேற்பார்வையில் வேலை செய்தவன் தனக்கான ஒரு படையை அமைத்துக்கொண்டு நாயக்கர் காலத்தின் முடிவில் மதுரை, நெல்லை முழுவதும் வரி வசூலிக்கும் குத்தகை உரிமையைப் பெறுகிறான். பரங்கியர், ஆர்மீனியர், ஜெர்மானியர், போர்த்துகீசியர், பிரஞ்சுக்காரர்கள் என்று பன்னாட்டுப் படைகளைத் திரட்டி அவன் ஆங்கிலேயரை எதிர்க்கும் அளவுக்கு வளர்ந்த பின்பு எப்படி வீழ்ந்தான்?" என் சிற்றறிவுக்கு எட்டியதைச் சொன்னேன்.

"எல்லாம் சரி. நடுவில் ஒரு முக்கியமான நிகழ்வை விட்டுவிட்டீர்கள். மாஷாவைக் கரம்பிடித்தது போர்க்குணம் மிகுந்த கானை பண்பட்ட மனிதனாக மாற்றியது. தனிப்பட்ட முறையில் பெரிய மாளிகைகளில் வசிக்க வேண்டும், செல்வச் செழிப்பில் புரள வேண்டும் என்பதெல்லாம் எப்போதுமே அவனது இலக்காக இருந்ததில்லை.

தன் வீரத்திற்கு சவால்விடும் எவரையும் எதிர்க்கும் அளவிற்கு வளர வேண்டும். அவ்வளவுதான். அதற்காகத் தன் படையாட்களுக்கு வெகுமதிகளை வாரி வழங்கினான். அதிநவீன, உயர்தர ஆயுதங்களை, குதிரைகளை வாங்கினான். முற்றுகை மட்டுமே குறி என்றபோது அவன் எந்த வியூகத்தை அமைப்பான், என்ன உத்தியைக் கையாளுவான் என்றெல்லாம் யாராலும் ஊகிக்க முடியவில்லை.

திடீரென்று வயல்வெளிகள், விளைநிலங்கள் வழியாக அவனது படை சீறிப் பாயும், காட்டு வழியாகப் பயணித்தத் தருணங்களும் உண்டு. குலங்களை, கோட்டைகளைத் தகர்த்து முன்னேறுவான். பின்பு தன் கட்டுப்பாட்டிற்குள் வந்தபின் சேதங்களை அவனே செப்பனிடுவான். அதற்குப் பின் அவனை மீறி வேறு யாரும் மக்களைக் கொள்ளையடிக்கவோ, துன்புறுத்தவோ முடியாது.

தனது படை போர் செய்யப்போகும் நிலப்பரப்பை ஒரு குன்றின் மேலிருந்து முதலில் பார்வையிடச் செல்வான்,

டாஸிற்குமுன் ஒரு கேப்டன் மைதானத்தைப் பார்வையிடுவதுபோல. அப்போதே அவனது படைகளை எங்கெங்கே நிறுத்தவேண்டும் என்ற வரைபடம் அவன் கண்முன் விரியும்.

"களத்தில் அவனது (யூசுப்கான்) படைகள் ஈக்களைப் போல. ஓரிடத்தில் தாக்கப்பட்டால் மற்ற எல்லோரும் வந்து மொய்த்துக் கொள்கிறார்கள்" என்று பிரெஞ்சுத் தளபதி கவுன்ட்-டி-லாலி கான்சாகிப் பற்றிக் குறிப்பிடுகிறார்.

எந்த ஒரு சிந்தாந்தமும், கொள்கையும், இலக்கும் இல்லாத ஒரு அயல் நாட்டு நாடோடிக் கூட்டத்தை இன்னும் அதிகமான பொருள் தந்து கவர்வது அவ்வளவு கடினமான காரியமாக இருக்கவில்லை. எதிரிக்கு எதிரி நண்பன் என்ற வகையில் ஆங்கிலேயரையும், நவாபையும் ஒன்று சேர்த்தது கானின் மீதான வெறுப்பு. நம் மண்ணைச் சேர்ந்தவர்கள்தான் நமக்கு உண்மையாக இருப்பார்கள். இவ்வளவு நாள் அவர்களுக்கு எதிராகத்தான் நம்மை ஏவி விட்டிருக்கிறார்கள். ஆனால் அதையெல்லாம் பொருட்படுத்தாமல் பாளையக்காரர்கள் ஆங்கில எதிர்ப்பை நாம் முன்னெடுத்தால் நம்மை ஆதரிக்கத் தயாராகவே இருக்கிறார்கள் என்று அவன் உணர்ந்தபொழுது எல்லாமே கை மீறிப் போய்விட்டது. மாஷாவின் அரசியல் உள்ளீடுகளை அவன் பெரிதாக மதிக்கவில்லை. சிவகங்கைச் சீமையுடன் நட்பு பாராட்டும்படி அவள் அறிவுறுத்தியபோது அவன் அதை உதாசீனப்ப டுத்தினான். அதுதான் துரோகத்தின் பிடியில் அவனைச் சிக்க வைத்தது" என்று பொறுமையாக விளக்கினார்.

"அப்படியென்றால் அவன் மக்கள் பார்வையில் ஒரு கொடுங்கோலனாக, கொள்ளைக்காரணாகத்தானே இருந்திருக்க வேண்டும்?"

"பாளையக்காரர்களிடமிருந்து நவாபிற்காக வசூலிக்கப்பட்ட வரித் தொகையை விடத் தளபதிகளுக்குக் கிடைத்த லஞ்சத் தொகை அதிகமாக இருந்தது. கடமை, கண்ணியம், கட்டுப்பாடு கொண்ட கான்சாகிப் தன் கடமையை ஆற்றினாரே தவிர பரிசுப் பொருட்களைப் பெற மறுத்து விட்டார். கர்னல் ஹெரான் தனக்குக் கிடைத்த

வெகுமதிகளைக் கண்டு வியந்து அவற்றை எடுத்துக் கொண்டான்.

எளிய மக்களுக்குத் தன்னை யார் ஆள்கிறார்கள். அவர்களது லட்சியம், சித்தாந்தம் என்ன, உலகப்பார்வை என்ன என்பது பற்றியெல்லாம் என்றைக்குமே அக்கறை கிடையாது. ஒரு தலைவன் மறையும்பொழுதுதான் அவனது அருமை புரியும். மதுரை மண்ணின் மற்றொரு மைந்தன் கேப்டன் விஜயகாந்தின் மறைவிற்கு மக்கள் திரண்டதைப் பார்த்தோமில்லையா? அதுதான் சமீபத்திய உதாரணம்.

ஆநிரைக் கவர்தல், அந்தப்புரத்தில் பெண்களைத் துரத்துவது இவை எல்லாம் ஆங்கிலேயர்களும், பிரஞ்சுக்காரர்களும் கானின் படையெடுப்பின்போது கட்டவிழ்த்த வன்முறைகள். அந்தக்காலத்தில் இருந்த மிகப்பெரிய ஹீஸ்ட் என்றால் அது கோயில் கருவூலங்களைச் சூறையாடுவதுதான். மக்களின் நம்பிக்கையைச் சிதைக்கும் வகையில் கோயில் சிற்பங்களைச் சேதப்படுத்துவது, பொன்னாலான சிலைகளை உருக்கியதெல்லாம் அவனை வெகுண்டெழச் செய்தது. அதுதான் யூசஃப் கானை கிளர்ச்சியை நோக்கித் திருப்பியது.

பிறப்பால் அவன் யார் என்ற சர்ச்சை இன்றும் நிலவினாலும் அவன் தன்னை முழுமையாக இஸ்லாத்தில் ஈடுபடுத்திக்கொண்டான். தொழுகையின்போதுதான் அவனது திவான், மருத்துவர், இராணுவ ஆலோசகர் ஆகிய மூவரும் சிறைபிடிக்கப்பட்டனர். அவன் என்றைக்குமே மக்களின் இறை நம்பிக்கையை வைத்து அரசியல் ஆதாயம் தேடியவனாக இல்லை. கோயில்களுக்கு நிறையக் கொடைகள் கொடுத்தான். குறிப்பாக மதுரை மீனாட்சி அம்மன் கோயிலுக்கு.

உழைப்பாளிகளும், உற்பத்தியாளர்களும் அரசாங்கத்தின் செல்லப்பிள்ளைகளாக இருக்க வேண்டும். ஏனென்றால் அவர்கள்தான் அரசாங்கம் என்ற பெற்றோருக்கு வலிமையையும், வசதியையும் அளிக்கக் கூடிய விருப்பமான குழந்தைகளாக இருப்பர். ‘பாளையக்காரர்கள் ஜமீன்தார்களாக ஆகட்டும். அவர்கள் தங்கள் அண்டை அயலாருடன்

சச்சரவு செய்வதை விட்டுவிட்டு, தங்கள் நிலங்களை உழுது பயிரிடட்டும். ஆனால் அவர்கள் சோம்பேறித்தனமாக இருந்து கொண்டு, அடுத்தவர்களை அழிப்பதையே தொழிலாகக் கொண்டிருக்கின்றனர்.

ஆகையால் பாளையக்காரர்களைப் போன்று தலைப்பாகையும், ஈட்டியையும் வைத்திருக்கும் எந்த ஒரு மனிதனைக் கண்டாலும் அவனை நான் எதிரியாகத்தான் நடத்துவேன்". இதுதான் கான் சாகிபின் பிரகடனம். அது ஆற்காடு நவாப்புக்கும், சென்னையிலுள்ள ஆங்கிலேயர்களுக்கும் ஏற்புடையதாக இல்லை. கிழக்கிந்தியக் கப்பெனி யூசஃப் கானை உயிரோடு ஒப்படைக்கச் சொன்னபோதும் அந்த ஆங்கிலேய படைத்தளபதி நவாபிடம் கையூட்டுப் பெற்றுக்கொண்டு அவனை ஒப்படைத்ததுதான் வன்மத்தின் உச்சம்.

வரலாற்று ஆசிரியர்கள் மறந்தாலும் பலவிடுதலை வீரர்களுக்குக் கதைப்பாடல்கள் இருப்பது போல் இந்த வீரனையும் புகழும் பாடல்கள் உள்ளன. எல்லாவற்றையும் கர்ணபரம்பரைக் கதைகளாக நாம் ஒதுக்கிவிடக்கூடாது" ஒரு நீண்ட இடைவெளி. இருவருக்கும் தொடர்ந்து என்ன பேசுவது என்று தெரியவில்லை.

"மருதநாயகத்தின் வம்சாவளியில் யாருமே உயிரோடு இல்லையா சார்?"

மெலிதாகச் சிரித்தார்...

"மாஷாவும் குழந்தை மொஹம்மது சுல்தானும் மைசூருக்கு அனுப்பி வைக்கப்பட்டார்கள். அப்போது திப்பு சுல்தானிற்கு 12-13 வயது இருந்திருக்க வேண்டும். ஹைதர் படையில் பின்பு மொ.சுல்தான் பணியாற்றினான் என்பது வரலாறு. ஆனால் மாஷா வழி உறவுகளால் அவன் கிறிஸ்துவனாக வளர்க்கப்பட்டான் என்ற குறிப்பும் இருக்கிறது. சிவகங்கைக்கு அருகிலுள்ள பனையூரில் இன்றும் கிறித்துவக் குடும்பங்கள் அதிகமாக இருப்பதை நீங்கள் பார்க்கலாம். மதுரையின் மைந்தர் மறைந்த ஓவியர் 'மனோகர் தேவதாஸை'ப் பற்றி ஆய்வாளர் முத்தையா ஒரு கட்டுரையில் அவர்

மருதநாயகத்தின் வழித்தோன்றல் என்று குறிப்பிட்டிருந்தார். அவர் மட்டுமல்ல, ஏகாதிபத்தியத்தை எதிர்த்துக் குரல் கொடுக்கும் எவரும் அவரது வழித்தோன்றல்தான்." அய்யாவின் குடும்பத்தாரோடு பேசிவிட்டு அவருடன் ஒரு புகைப்படம் எடுத்துக்கொண்டு கிளம்பினேன்.

பூலித்தேவனையும், ஹைதர் அலியையும், நவாபையும், ஆங்கிலேயரையும் ஒன்றிற்கும் மேற்பட்ட சந்தர்ப்பத்தில் வெற்றிபெற்றவனின் சரித்திரத்தைத் திரைப்படமாக்குவதென்பது இந்திய விடுதலைப் போரின் ஒரு குறுக்குவெட்டுப் பார்வையைப் பதிவு செய்யக்கூடிய சிம்ம சொப்பனம்தான் என்று புரிந்தது. எப்போது அந்தச் சந்தர்ப்பம் கைகூடும் என்று தெரியாது. இந்தப் புத்தகம் ஓரளவிற்கு அந்த ஏக்கத்தைத் தணிக்கும் என்று நம்புகிறோம்! அய்யா பாலகிருஷ்ணன் அவர்களுக்கு எங்களது நன்றி!

கார்த்திகேயன் புகழேந்தி
வானவில் புத்தகாலயம்

மருதநாயகம் மதுரை நாயகன் ஆன கதை

1. மருதநாயகத்தின் இளமைக்காலம் 13
2. கான்சாகிப் என்ற மருதநாயகம் மாஷாவைத் திருமணம் செய்தல் 19
3. காவிரி நதி அணைகளைக் காத்த கான்சாயபு 27
4 கான்சாகிப் கர்னல் ஹெரான் மோதல் 31
5. கான்சாகிபுவும் கேப்டன் காலியட்டும் 37
6. கான் சாகிபிற்கு யானையைப் பரிசளித்தல் 43
7. துறையூர் போரில் கான்சாகிப் காயமடைதல் 52
8. கான்சாகிப் பூலித்தேவனின் பாளையங்கோட்டையை முற்றுகையிடுதல் 59
9. கான்சாகிப் மதுரை கவர்னராக நியமிக்கப்படுதல் கான்சாகிப் கள்ளர்களை அடக்குதல் 66
10. கான்சாகிப் சிவகங்கைப் பிரதானி தாண்டவராயப்பிள்ளை மோதல் 73
11. கான்சாகிப் வெள்ளையருக்கெதிராக புரட்சிக்காரராக மாறியதற்கான சூழ்நிலை 79
12. கான்சாகிபைக் கண்டு கும்பனியார் அஞ்சி நடுங்குதல் 85
13. மாஷா கான்சாகிபிற்கு ஆலோசனை வழங்குதல் 91
14. இரண்டாவது முற்றுகைப் போர் 97
15. ஆற்காடு நவாப் கான்சாகிபைக் கைது செய்வது தொடர்பாக ஆலோசனை கேட்டல் 104
16. கான்சாகிப் துரோகிகளால் கைது செய்யப்படுதல் 111

அத்தியாயம் - 1

மருதநாயகத்தின் இளமைக்காலம்

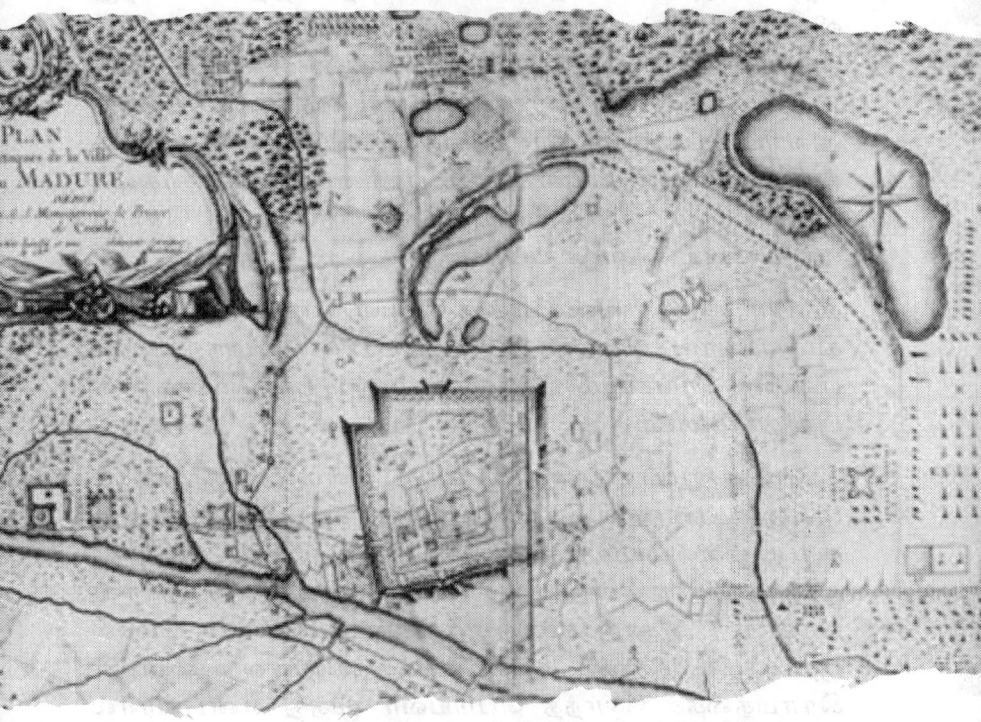

தென் தமிழகத்தில் பாஞ்சாலங்குறிச்சியில் வீரபாண்டிய கட்டபொம்மனும், ஊமைத் துரையும், சிவகங்கைச் சீமையில் வீரமருதுபாண்டியரும் விடுதலைப்போரைத் துவக்கி வைத்து தூக்குக் கயிற்றைத் தழுவி வீர மரணமடைந்தனர். ஆனால் இந்த விடுதலை வீரர்களுக்கு முன்னரே, 'கிழக்கு இந்தியக் கம்பனி' என்ற பெயரால் இந்தியாவில் காலடி எடுத்து வைத்து ஆதிக்கம் செலுத்திய ஆங்கில ஏகாதிபத்தியத்தை எதிர்த்துக் கிளர்ச்சி செய்து கி.பி.1764இல் தூக்குமேடையேறிய முதல் தமிழ் வீரன் மருதநாயகம் என்ற கான்சாகிப் ஆவான். வரலாற்றில் முகமது யூசுப்கான், [illegible]சுப்கான், கான்சாகிப்,

கம்மந்தான், கானன் என்று பல்வேறு பெயர்களால் அவன் குறிப்பிடப்படுகின்றான்.

சேலத்தில் 'ஊர்காத்த கவுண்டர்' என்ற பெயரில் வெள்ளாளக் கவுண்டர் வகுப்பைச் சார்ந்த ஒருவர் வாழ்ந்து வந்தார். அவர் காவற் பணி செய்வதில் திறமை பெற்று விளங்கினாராம். அவர் காவற்பணி செய்யும் திறமையைக் கேள்வியுற்ற இராமநாதபுரம் மன்னர் கிழவன் சேதுபதி (1630-1710) சேலத்திலிருந்து ஊர்காத்த கவுண்டரை அழைத்து வந்து, அவரிடம் பனையூர் கிராமத்தை (அப்பொழுது சிவகங்கை உருவாகவில்லை) காவல் காக்கும் பணியை வழங்கியதாகவும், கவுண்டரும் அப்பணியை மிகச் சிறப்பாகச் செய்து வந்ததாகவும் சொல்லப்படுகிறது.

ஊர் காத்த கவுண்டருக்கு தெய்வ கன்னிகா பிள்ளை, தாண்டவராய பிள்ளை, தாமோதரம் பிள்ளை, மருதநாயகம் பிள்ளை, ரெங்கசாமி பிள்ளை என்னும் ஐந்து மைந்தர்கள் பிறந்தார்களாம்.

ரெங்கசாமிப் பிள்ளைக்கு சூரப்ப பிள்ளை, மருதநாயகம் பிள்ளை என்னும் இரண்டு மைந்தர்கள் பிறந்ததாகவும், சூரப்ப பிள்ளையும், மருதநாயகம் பிள்ளையும் உடன் பிறந்த சகோதரர்கள் என்றும் சொல்லப்படுகிறது. அதற்கான வரலாற்று ஆதாரங்கள் ஏதும் கிடைக்கவில்லை. மேலே குறிப்பிட்ட தகவல் சிவகங்கைக்கருகிலுள்ள பனையூர் கிராமத்தைச் சேர்ந்த பெரியவர் முத்து என்பவரால் என்னிடம் தெரிவிக்கப்பட்டது. அவர் காலமாவதற்கு முன்பு இத்தகவலை என்னிடம் சொன்னார்.

மருதநாயகம் 1725-ஆம் ஆண்டு ஒரு ஏழைப் பெற்றோருக்குப் பனையூரில் மகனாகப் பிறந்தான். அவனது தாய் தந்தையர் குத்தகைக்கு நிலங்களை* வாங்கி உழவு செய்து தங்கள் வாழ்க்கையை நடத்திக் கொண்டிருந்தனர்.

இந்நிலையில் மருதநாயகம் குழந்தைப் பருவத்தில் மாதா, பிதா, குரு ஆகிய மூவருக்கும் அடங்கி நடக்கவில்லை. அவன் கல்வியை மறந்தான். ஆடு மாடுகளை மேய்த்துக் கொண்டு, மிக முரடனாகப் பனையூரில் திரிந்து கொண்டிருந்தான்.

பனையூரில் மருதநாயகம் ஒருநாள் ஆடு மாடுகளை மேய்த்துக் கொண்டிருந்தபோது, அவ்வழியாக ஒரு பிரெஞ்சு ராணுவ அதிகாரி, தனது சிப்பாய்களுடன் கடும் வெயிலில் பனையூரில் ஓய்வெடுக்க வந்து கொண்டிருந்தார். பனையூரில் ஒரு மரத்தடியில் அவர் நிழலுக்கு வந்து தங்கியதாகச் சொல்லப்படுகிறது.

அப்பொழுது மருதநாயகம் அங்கிருந்த மாமரத்தில் தொங்கிய மாங்காய்களின் மீது ஒரு கல்லை எடுத்து தனது பலம் கொண்ட மட்டும் வீசினான். அவன் எறிந்த ஒரே கல்லில் பல மாங்காய்கள் மரத்திலிருந்து தரையில் விழுந்தன. அதனைக் கண்டு ஆச்சரியமுற்ற பிரெஞ்சு ராணுவ அதிகாரி மருதநாயகத்தின் திறமை, அறிவுக் கூர்மை இவற்றை மேலும் பரிசோதனை செய்ய விரும்பியதாகச் சொல்லப்படுகிறது.

உடனே பிரெஞ்சு அதிகாரி தனது சிப்பாய்களில், பிரெஞ்சும், தமிழ் மொழியும் தெரிந்தவனை அழைத்தான். "இங்கு நிற்கும் குதிரையின் வால் முடியைப் பறிக்க முடியுமா?" என்று மருதநாயகத்திடம் கேட்குமாறு சிப்பாய்க்கு பிரெஞ்சு மொழியில் கட்டளையிட்டான்.

உடனே சிப்பாய் அதிகாரியின் கோரிக்கையை முரடன் மருதநாயகத்திடம் தமிழில் மொழிபெயர்த்து சொன்னான். உடனே மருதநாயகம் குதிரையின் பின்னங்கால்கள் இரண்டையும் ஒரு கயிற்றால் கட்டிய பின்னர், குதிரை வாலின் முடியைப் பறித்து பிரெஞ்சு ராணுவ அதிகாரியிடம் கொடுத்தான்.

அவனது அறிவு, திறமை, புத்திக் கூர்மையை நேரில் கண்ட பிரெஞ்சு அதிகாரி, மருதநாயகத்தை பனையூரிலிருந்து பாண்டிச்சேரிக்கு அழைத்துச் சென்றதாகவும் காலம்சென்ற பனையூர் முத்து சொன்னார். மருதநாயகம் கல்லெறிந்த மாமரம் தற்பொழுது இல்லையென்றாலும் இன்றும் பனையூர் மக்களால் 'மாமரத்துப் பொட்டல்' என்று அழைக்கப்படுகிறது என்றும், அங்குதான் ஊர் பொதுக் கூட்டங்கள் நடைபெறுவதாகவும், பனையூர் முத்து கூறினார். மேலும் மருதநாயகத்தின் உடன் பிறந்த சகோதரர் சூரப்பப் பிள்ளை

என்பவர் ஒரு சண்டையில் இறந்து விட்டதாகவும், அவருக்குப் பனையூரில் ஒரு சமாதி கட்டப்பட்டுள்ளது என்றும் அதனைப் பனையூரில் இன்றும் காணலாம் என்றும் ஒரு தகவல் அவரால் சொல்லப்பட்டது.

மருதநாயகம் பிறந்த பனையூர் பற்றிய சர்ச்சைகள்

மருதநாயகம் இராமநாதபுரம் மாவட்டம் பனையூரில் பிறந்ததாகச் சொல்லப்படுகிறது. மதுரை, திருநெல்வேலி மாவட்டங்களில் 'பனையூர்' என்ற பெயரில் பல கிராமங்கள் உள்ளன. ஆனால், சிவகங்கையிலிருந்து மதுரைக்குச் செல்லும் வழியிலும் ஒரு பனையூர் கிராமம் உள்ளது. கான்சாகிப் மதுரைக்கருகிலுள்ள சிந்தாமணி கிராமத்தை ஒட்டியுள்ள பனையூரில் ஒரு ஏழை முஸ்லீம் ஆலிம் என்பவருக்குப் பிறந்ததாகவும் கான்சாகிப் பிறவி முஸ்லீம் என்றும் மஹதி என்ற வரலாற்று அறிஞர் குறிப்பிடுகின்றார். இதே கருத்தைத்தான் வரலாற்று ஆய்வாளர் செ.திவான் அவர்களும் தனது நூலில் ஆணித்தரமாகக் கூறுகின்றார். கான்சாகிப் மதுரை மக்களால் 'மதுரை நாயகம்' என்று அன்புடன் அழைக்கப்பட்டதாகவும், அது மருவி மருதநாயகம் எனக் காலப்போக்கில் மாறியது என்று கே.துர்க்காதாஸ் மற்றும் நந்தர்சா போன்ற எழுத்தாளர்களும் கருதுகின்றனர். யூசுப்கான் ஒரு பிறவி முஸ்லீம் என்று அவர் மதுரை ஆளுநராக ஆட்சி புரிந்ததால், 'மருதநாயகம்' (மதுரை நாயகன்) என்று அழைக்கப்பட்டார் என்று முன்னாள் துணைவேந்தர் திரு. வேங்கடசுப்பிரமணியன் அவர்கள் கருதுகிறார்.

தமிழகத்தின் தலை சிறந்த நடிகர்களுள் ஒருவரான கமல்ஹாசன் மருதநாயகம் இராமநாதபுரம் மாவட்டத்தைச் சேர்ந்த பரமக்குடிக்கருகிலுள்ள பனையூரில் பிறந்தவர் என்ற கருத்தைக் கொண்டுள்ளார். பாதர் பாச்சி என்ற பிரெஞ்சுப் பாதிரியார் ஆங்கிலத்தில் எழுதிய 'விதிவசத்தால் வீழ்ந்த வீர மருதுபாண்டியன்' என்ற நூலில் 'சிவகங்கைக்கு அருகிலுள்ள பனையூரில் ஒரு வெள்ளாளக் குடும்பத்தில் பிறந்த 'புரட்சித் தளபதி' இருந்தார். வரலாற்றில் புகழ் பெற்ற அவர் யூசுப்கான் என்ற பெயரில் ஒரு முகமதியராக இறந்தார்'' என்று

குறிப்பிடுகிறார். *(If the now forgotten 'Rebel Commandant or Yusus Khan, as history knew him died a Muslim, he was born in a Vallalah family of the villages of Panaiyur near Sivaganga - Maruthapandiyan the Fateful - xviii Century by Reverend Father Baache).*

மருதநாயகம் பாண்டிச்சேரி செல்லுதல்

மருதநாயகம் குழந்தைப் பருவத்தில் யாருக்கும் அடங்கி நடக்கவில்லை. அவனது உண்மை இயல்பைப் பெற்றோரும் ஆசிரியரும், பனையூர் மக்களும் உணராது போய்விட்டனர். எனவே அவனை 'அடங்காபிடாரி' எனக் கருதி பனையூரிலிருந்து விரட்டி அடித்தனர். அதனால் அவன் பாண்டிச்சேரி சென்று இஸ்லாமிய சமயத்திற்கு மதம் மாறி தனது பெயரை 'முகமது யூசுப்கான்' என்று பெயர் மாற்றம் செய்து கொண்டான் என்ற கருத்தும் நிலவுகிறது.

யூசுப்கான் படிப்பறிவில்லாதவன். அவன் பாண்டிச்சேரியில் சிறிது காலம் படகோட்டியாகவும், தையற்காரராகவும் பணிபுரிந்ததாகப் பிரெஞ்சுத் தகவல்கள் தெரிவிக்கின்றன. அவன் ஜாக்குஸ் லா (Chevalier Jacques Law) என்பவரிடம் மூன்றரை ஆண்டுகள் பணிபுரிந்தான். அப்போது ஒரு திருட்டுக் குற்றத்திற்காக அவன் வேலையிலிருந்து நீக்கப்பட்டான். அக்கால வழக்கப்படி அவனது இரு காதுகளும் வெட்டப்பட்டு பின்னர் ஜாக்குஸ் லாவின் கீழ் பணிபுரிந்த 'மார்ச்சண்ட்' (Marchand) என்ற பணியாளரின் தொடர்பும், நட்பும் யூசுப்கானுக்குக் கிடைத்தது. யூசுப்கான் தனது மூளிக் காதுகளை மறைப்பதற்காகவே அது தெரியாதவாறு தலைப்பாகை அணிந்து காணப்பட்டதாகவும், அவன் தூக்கிலிடப்பட்டதற்குப் பின்னர்தான் காதுகள் இல்லாத உண்மையே பலருக்குத் தெரிய வந்தது என்றும் சொல்லப்படுகிறது.

மற்றொரு கருத்துப்படி, யூசுப்கான் காதுகள் அறுக்கப்பட்டதற்கு வேறொரு காரணமும் சொல்லப்படுகிறது. யூசுப்கான் பாண்டிச்சேரியில் படகோட்டியாகப் பணியாற்றி வரும்போது பாண்டிச்சேரியில் கோட்டை கட்டி வாழ்ந்த பிரெஞ்சுக்காரர்களும் ஆங்கிலேயர்களும் தங்கள் படகுகளில்

பொருள்களை ஏற்றிச் செல்வதைக் கண்டான். யூசுப்கான் படகோட்டியாகத் தனது உழைப்பினால் ஊதியத்தைத் தேடிக் கொண்டிருந்தான். அவன் யாருக்கும் கட்டுப்படாமல் சுதந்திரமாக வாழ்வதும், யாருக்கும் அடங்காமல் திரிவதும், பாண்டிச்சேரி துரைமார்களின் கண்களை உறுத்தியது. மேலும் கட்டமைந்த உடலும், கவர்ச்சிகரமான வனப்பும் மிக்க யூசுப்கான் சுற்றிக் கொண்டு அடிக்கடி பாண்டிச்சேரி வீதிகளில் மிடுக்கு நடைபோட்டுத் திரிந்தான். எனவே அவனுடைய துடுக்குத்தனத்தை அடக்கி ஒடுக்க பிரெஞ்சு துரைமார்கள் ஒரு திட்டம் தீட்டினார்கள்.

சட்டத்தைத் துணையாகக் கொண்டு, "சுதந்திரமாகத் திரிவது திருடனின் செயல் என்றும், வியாபாரப் பொருட்கள் இருந்த இடத்தில், யாருக்கும் அடங்காமல், பிரெஞ்சுக்காரர்களுக்குக் கொஞ்சமும் தன் வணக்கத்தைச் செலுத்தாமல், அவன் திரிவது திருடர்களைக் கூட்டுச் சேர்ப்பதற்குத்தான்" என்றும் அவன் மேல் போலியாகக் குற்றம்சாட்டி அவனுடைய காதுகளில் ஒன்றை அறுத்துத் தண்டனையை நிறைவேற்றினர்.

இத்தகைய கடுமையான தண்டனையை மான்ஷியர் பீலா என்ற பிரெஞ்சுக்காரன் செயல்படுத்தினான். இந்த நிகழ்ச்சிக்குப் பிறகு யூசுப்கான் அவமானமுற்று பாண்டிச்சேரியில் வாழ விரும்பவில்லை. எனவே அவன் பாண்டிச்சேரியிலிருந்து தஞ்சாவூர் சென்றான்.

அத்தியாயம் - 2

கான்சாகிப் என்ற மருதநாயகம் மாஷாவைத் திருமணம் செய்தல்

யூசுப்கான் தஞ்சாவூர் சென்று, தஞ்சை மன்னரிடம் சில காலம் சிப்பாயாகப் பணிபுரிந்த பின்னர் ஆற்காடு நவாப் முகமது அலியிடமும் பணிபுரிந்தான். புரூண்டன் (Brunton) என்ற ஐரோப்பியர் அவன் மேல் பரிவும், இரக்கமும், கருணையும் காட்டினார். அவர் அவனுக்குக் கல்வி போதித்தார். அதன் பயனாக யூசுப்கான் சிறுகச் சிறுக மேல் நாட்டு மொழிகளான ஆங்கிலம், பிரெஞ்சு, போர்ச்சுக்கீசிய மொழிகளில் ஓரளவு பயிற்சி பெற்றான். ஏற்கெனவே நெல்லூரில் பணியாற்றியதால் தெலுங்கும், மற்றும் பழக்கத்தால் மற்றைய தென்னாட்டு மொழிகளையும் கற்றுக்

கொண்டான். நவாப்புக்குக் கடன் கொடுத்த பிரண்டன் லண்டனுக்குத் திரும்பிச் சென்ற பொழுது, யூசுப்கானை ஆற்காடு நவாபிடமே திருப்பி அனுப்பி விட்டார்.

நவாபிடம் வரி வசூலிப்பவராகப் பணியாற்றிய போது, யூசுப்கான் நாணயமாக நடந்து கொண்டதால், சிப்பாய் ஆர்டலியாகவும், பின்னர் நாயக்காகவும், ஹவில்தாராகவும் பதவியில் படிப்படியாக உயர்ந்தான். பின்னர் யூசுப்கான் ஆற்காடு கோட்டைத் தளபதி முகமது கமால் என்பவனிடம் பணியாற்றி வந்தான்.

கர்நாடக நவாப் பதவிக்கு முகமது அலியும், சந்தா சாகிப்பும் போட்டியிட்டனர். முகமது அலியை ஆங்கில வர்த்தகர்கள் ஆதரித்தனர். சந்தா சாகிபிற்கு பிரெஞ்சு வணிகர்களின் ஆதரவு கிடைத்தது. ஆங்கிலேயர் சந்தா சாகிபின் தலைநகர் ஆற்காடு மீது படையெடுக்க முடிவு செய்தனர்.

அப்பொழுது ஆங்கிலத் தளபதியாக இருந்த இராபர்ட் கிளைவ் திறமைமிக்க யூசுப்கானைத் தனது படைக்கு ஆதரவாகச் சேர்த்துக் கொண்டார். 1751 செப்டம்பரில் இராபர்ட் கிளைவ் தலைமையில் சந்தா சாகிபின் தலைநகர் ஆற்காட்டை ஆங்கிலப் படைகள் முற்றுகையிட்டன. நெல்லூர் முகமது கமால் தலைமையில் அவரது குதிரைப் படை வீரர்கள் ஆங்கிலேயருக்கு உதவி செய்தனர். அப்படையில் சுபேதாராகப் பணிபுரிந்த யூசுப்கான் மிகத் திறமையாகப் போர் புரிந்து, இராபர்ட் கிளைவின் ஆற்காடு வெற்றிக்குக் காரணமாக இருந்தான்.

ஆற்காட்டுப் போரில், இராபர்ட் கிளைவ் சந்தா சாகிபின் மகன் ராஜாசாகிபை வென்று சிறை செய்து தலைநகர் ஆற்காட்டைக் கைப்பற்றுவதற்கு யூசுப்கானே காரணமாக இருந்தான். இராபர்ட் கிளைவின் ஆற்காடு வெற்றியின் காரணமாக கிளைவ் 'வானுலகம் வழங்கிய தளபதி' மற்றும் 'ஆற்காடு வீரர்' என்ற சிறப்புப் பட்டங்கள் பெற்றுப் புகழ் பெற்றார்.

யூசுப்கான் ஆற்காடு முற்றுகையின்போது, மலையாளத்தைச் சேர்ந்த மங்கையொருத்தியைக் கண்டு அவள்மீது காதல்

கொண்டான். அப்பெண் தமிழ்க் குடும்பத்தைச் சேர்ந்தவள். அவள் இந்துவாக இருந்து கிறிஸ்துவ மதத்திற்கு மாறியவள். போர்ச்சுகீசியரால் மதம் மாற்றப்பட்டிருந்த அவள் பெயர் மாஷா என்பதாகும். யூசுப்கான் மாஷாவை (போர்ச்சுகீசியப் பெண்) ஆற்காட்டில் திருமணம் செய்து கொண்டான். மாஷா போர்ச்சுகீசிய கிறிஸ்துவ மதத்தைச் சேர்ந்தவளென்று கூறப்படுகிறது. மற்றொரு கருத்துப்படி மாஷா பட்டியலின வகுப்பைச் சார்ந்தவள் என்றும் சொல்லப்படுகிறது.

"நேராக ஆற்காடு வீதிதனில் வந்து
மல்லூரு ஆற்காடு தன்னில்
மாசாவைக் கண்ணாலே கண்டானே கானன்
மாசாவைக் கண்டு மயலாகி
மதனதுரை கான்சாயபு ஆள்விட்டுப் பேசி
மாசாவைக் கல்யாணம் செய்தான்."

என்று 'கான்சாயபு சண்டை' (பக்கம் 7) யூசுப்கான் மாஷா திருமணம் பற்றி விவரிக்கிறது. கானுக்கு வாழ்க்கைப் பட்ட மாஷா மிக அழகியாகவும், அரசியல் அறிவுடையவளாகவும் விளங்கினாள். திருமணம் நடைபெற்ற பின்னர் வாழ்வில், முன்னேற்றம் காண அக்கறை கொண்ட கான்சாகிப் ஆங்கிலேயர் படையில் சேர்ந்து பணியாற்ற வேண்டுமென்று பெரிதும் விரும்பினான்.

காவேரிப்பாக்கத்தில் சந்தா சாகிப்பிற்கும் ஆங்கிலக் கும்பெனிப் படைகளுக்கும் நடைபெற்ற போரின்போது கான்சாகிப் நெல்லூரில் தானாகவே திரட்டிய போர் வீரர்களுடன் இராபர்ட் கிளைவின் ராணுவத்தில் சேர்ந்து கொண்டான். கும்பெனியாரின் உதவிக் கவர்னராக இருந்த ரிச்சர்டு பிரின்ஸ் என்ற கோமகன் 15.09.1751-ல் கான்சாகிபிற்கு ஒரு சிபாரிசு கடிதம் கொடுத்தான். அதன் அடிப்படையில் கான்சாகிப்பை இராபர்ட் கிளைவ் அவரது படையில் சேர்த்துக் கொண்டான்.

சந்தா சாகிபிற்கு ஆதரவாக பிரெஞ்சுப் படைகள் ஆங்கிலேயரை எதிர்த்துப் போரிட்டன. வாலிகண்ட புரம் என்னுமிடத்தில் பிரெஞ்சுக்காரர்களுக்கும், ஆங்கிலேயர்களுக்குமிடையே நடைபெற்ற கடும் போரில்

ஆங்கிலேயர் மகத்தான வெற்றி பெற்றனர். அப்போது ‘நெல்லூர் சுபேதாரே அவ்வெற்றியைத் தேடித் தந்தார்’ என்று ஆங்கிலேயர் யூசுப்கானை மனதாரப் பாராட்டினர். சந்தா சாகிபின் மரணத்திற்குப் பின், திருச்சியில் நடைபெற்ற போரில் ஆங்கிலத் தளபதி மேஜர் லாரென்ஸ், அதனை ஓரளவு சமாளித்தார். அப்போரிலும் யூசுப்கானே ஆங்கிலேயர்க்குப் பெரிதும் உதவி புரிந்தான்.

யூசுப்கான் கமாண்டர் ஆக நியமிக்கப்படுதல்

யூசுப்கான் ஆற்காடு நவாபின் படையில் முதலில் வரி வசூலிப்பவராகப் பணியாற்றினார். பின்னர் அவர் சிப்பாய், நாயக், ஹவில்தார் போன்ற பல்வேறு பதவிகளை வகித்துப் படிப்படியாக முன்னேறினார். ஆங்கிலத் தளபதி மேஜர் லாரென்சின் பலத்த சிபாரிசின் காரணமாக யூசுப்கான் ஆற்காடு நவாபின் சிப்பாய் படைகளுக்குத் தளபதியாக நியமிக்கப்பட்டார். அவருக்கு ‘கமாண்டர்’ *(Commander)* என்னும் பட்டம் வழங்கப்பட்டது. அது முதல் யூசுப்கான் ‘கும்மந்தான் கான்சாகிப்’ *(Commander Khan Sahib)* என்னும் பெயர் பெற்றார். திறமை மிக்க கான்சாகிபிற்கு ஆங்கிலேயர்கள் தங்கப்பதக்கம் ஒன்றைப் பரிசாக வழங்கிக் கௌரவித்தனர். யூசுப்கான் ‘அஞ்சாத போர் வீரர் திறமை மிக்க தளகர்த்தர், உண்மை ஊழியர்’ என்ற வரிகள் அப்பதக்கத்தில் பாரசீக மொழியில் பொறிக்கப்பட்டிருந்தது.

புண்ணியப்ப ஐயர் கான்சாகிபைப் பதவி நீக்கம் செய்ய முயலுதல்

முகமது யூசுப்கானைப் பற்றிய ஆங்கிலேயரின் பொது மதிப்பீடு நாளுக்கு நாள் உயர்ந்து கொண்டே சென்றது. யூசுப்கான் பதவியிலிருந்து நீக்கப்பட்டால், ஆங்கிலேயரின் அழிவைத் தடுக்க முடியாது என்று பொதுமக்கள் ஒரு முடிவிற்கு வரும் அளவிற்கு யூசுப்கானின் செல்வாக்கு உயர்ந்து கொண்டே சென்றது. யூசுப்கானுக்கு மேஜர் லாரென்ஸ் காட்டி வரும் ஆதரவையும் முக்கியத்துவத்தையும் கண்டு லாரென்சிடம் ‘துபாஷாக’ (மொழிபெயர்ப்பாளர்) பணியாற்றி வந்த புண்ணியப்ப ஐயர் என்பவர் யூசுப்கான் மேல் பொறாமையும் எரிச்சலும் அடைந்தார். ஆங்கிலக் கிழக்கிந்தியக் கம்பெனியில் பணியாற்றிய ஆங்கில

அதிகாரிகள், இந்தியாவில் அவர்கள் பணியாற்றிய பகுதிகளில் பேசப்படும் மொழிகளைக் கற்றுக் கொண்டு பொதுமக்களுடன் நேரடியாகப் பழகி அவர்களுடன் பேச முடியாமல் இருந்தனர். எனவே அவர்கள் 'துபாஷ்' என்ற மொழிபெயர்ப்பு அதிகாரிகளை நியமித்துக் கொண்டனர். துபாஷ்கள் ஆங்கிலத்தையும், அந்தப் பகுதி மக்கள் பேசும் மொழியையும் நன்கு கற்றுத் தேர்ச்சி பெற்றிருந்ததால், அவர்கள் ஆங்கிலேய அதிகாரிகளையும் அந்தப் பிரதேச மக்களையும் இணைக்கும் பாலமாகச் செயல்பட்டு வந்தனர். ஆங்கில அதிகாரிகள் பெரும்பாலும் துபாஷிகள் சொல்வதையே ஏற்றுக் கொள்ள வேண்டிய கட்டாயத்தில் இருந்தனர்.

ஒரு நாள் துபாஷ் புண்ணியப்ப ஐயர் மேஜர் லாரென்சிடம் வந்து பணிவாகச் சொன்னான்: "நான் மட்டும் மைசூர் தளபதி நஞ்ச ராஜாவைச் சந்தித்துப் பேச மேன்மை பொருந்திய மேஜர் சாஹிப்பால் அனுமதிக்கப்பட்டால், ஆங்கிலேயரோடு மைசூர் தளபதி ஒரு சமரச உடன்பாடு செய்து கொள்வதற்கு முயற்சி எடுப்பேன்' என்று கூறினான். அதனைக் கேட்ட மேஜர் லாரென்ஸ் மிக்க மகிழ்ச்சி அடைந்தார். அவருக்கு புண்ணியப்ப ஐயர் மேல் எந்த சந்தேகமும் ஏற்படவில்லை. மைசூர் தளபதியை ஐயர் சந்திக்க மேஜர் லாரன்ஸ் அனுமதி அளித்தார்.

புண்ணியப்ப ஐயர் மைசூர் சென்று, தளபதி நஞ்ச ராஜாவைச் சந்தித்தான். அவரிடம் புண்ணியப்ப ஐயர் யூசுப்கானை ஒழித்துக் கட்டுவதற்கு இரண்டு விதமான திட்டங்களை விளக்கினான். "தளபதி அவர்களே! ஆங்கிலேயரிடம் பணிபுரியும் யூசுப்கானை அவர்களை பதவி நீக்கம் செய்ய வைத்து, பின்னர் ஆங்கிலேயருக்கு அனுப்பப்படும் அனைத்துப் பொருட்களையும் நீங்கள் தடுத்து நிறுத்தினால், நீங்கள் விதிக்கும் எல்லா நிபந்தனைகளுக்கும் ஆங்கிலேயர் கட்டுப்பட்டு நடப்பார்கள்". இது முதல் திட்டம். "இரண்டாவது திட்டம் யூசுப்கானை ஆங்கிலேயர்கள் 'துரோகி' எனக் குற்றம்சாட்டிப் பதவி நீக்கம் செய்யும் திட்டமொன்றை வகுத்து அதில் நீங்கள் வெற்றி பெற்று விட்டால், அதன் மூலம் உங்களுக்கு நல்ல பலன்

கிடைக்கும்" என்று புண்ணியப்ப ஐயர் தெரிவித்தான். மைசூர் தளபதி நஞ்சராஜா முதல் திட்டம் நடைமுறைக்கு ஒத்துவராது என்று நிராகரித்து விட்டார். இரண்டாவது திட்டத்தைச் செயல்படுத்த அவர் புண்ணியப்ப ஐயரின் உதவியை நாடினார்.

மைசூர் தளபதி நஞ்சராஜா வழங்கும் சில வெகுமதிகளை யூசுப்கானும், அவரது சக அதிகாரியும் பெற்றுக் கொண்டு, அதற்குக் கைமாறாக ஆங்கிலேயருக்குச் சொந்தமான திருச்சிராப்பள்ளியை விட்டுக் கொடுத்து விட்டு ஆங்கிலேயருக்குத் துரோகம் செய்ய அந்த இரண்டு அதிகாரிகளும் திட்டமிட்டிருப்பதைப் போன்று ஒரு போலியான கடிதத்தைப் புண்ணியப்ப ஐயர் தயார் செய்தான். அந்தக்கடிதம்மைசூர் தளபதிநஞ்சராஜாவிடமிருந்து யூசுப்கான் பெயருக்கு அனுப்பப்படுவது போல விலாசமிடப்பட்டது.

அந்தக் கடிதத்தைக் கள்ளர் இனத் தலைவன் ஒருவன் எடுத்துச் சென்று,கம்பெனித்தளபதிகில்பாட்ரிக்என்பவரிடம் கொடுத்தான். உடனே தளபதி கில்பாட்ரிக் அக்கடிதத்தை துபாஷ் புண்ணியப்ப ஐயரிடம் கொடுத்து ஆங்கிலத்தில் மொழிபெயர்க்க உத்தரவிட்டார். புண்ணியப்ப ஐயர் அக்கடிதத்தை ஆங்கிலத்தில் மொழிபெயர்த்துக் கொடுத்தான். மொழிபெயர்த்துக் கொடுத்த கடிதத்தைப் படித்துப் பார்த்ததும், தளபதி லாரென்சும், கில்பாட்ரிக்கும் மிகவும் அதிர்ச்சி அடைந்தனர். யூசுப்கான் மேல் அவர்கள் வைத்திருந்த நம்பிக்கையும், அன்பும் நாசமானது. யூசுப்கானும் அவரது சக அதிகாரியும், 'நம்பிக்கைத் துரோகிகள்' எனக் குற்றம்சாட்டப்பட்டு சிறையிலடைக்கப்பட்டனர். அவர்களை விசாரணை செய்வதற்கு, 'கேப்டன் காலியட்' என்பவர் நியமிக்கப்பட்டார்.

முதலில் கேப்டன் காலியட் கடிதம் கொண்டு வந்து கொடுத்த கள்ளர் தலைவனை விசாரித்தார். "கனம் பொருந்திய கேப்டன் அவர்களே! இந்தக் கடிதம் மைசூர் தளபதி நஞ்சராஜா முகாமலிருந்து யூசுப்கானுக்கு அனுப்பப்படவில்லை. யூசுப்கான் மேல் பொறாமை

கொண்ட அந்தணர் ஒருவர் இக் கடிதத்தை என்னிடம் கொண்டு வந்து கொடுத்து, அதைத் தளபதி கில்பாட்ரிக்கிடம் கொடுக்கச் சொன்னார்" என்று கள்ளர் தலைவன் கூறினான். உடனே யூசுப்கானும், அவரது சக அதிகாரியும் குற்றமற்றவர்கள் எனக் கருதி சிறையிலிருந்து விடுதலை செய்யப்பட்டனர்.

விசாரணை மேலும் தொடர்ந்து நடந்தது. கடிதம் கொண்டு வந்து கொடுத்த அந்தணரை கள்ளர் தலைவன் அடையாளம் காட்டினான். கேப்டன் காலியட் அந்த அந்தணரைச் சிறையிலடைத்தார். "இச் சம்பவத்தில் அந்தணர் மறைந்து கிடக்கும் உண்மைகளைத் தெரிவிக்காவிட்டால், அவர் சிரச் சேதம் செய்யப்படுவார்''என்று கேப்டன் காலியட் பயமுறுத்தினார். இந்நிலையில் கடிதம் கொடுத்த அந்தணரைச் சிறையில் சந்தித்த துபாஷி புண்ணியப்ப ஐயர் அவரிடம், "ஐயரே! தாங்கள் எதற்கும் பயப்பட வேண்டாம். தயவு செய்து நான்தான் மைசூர் தளபதி எழுதியது போன்ற கடிதத்தைத் தயார் செய்தது என்ற இரகசியத்தை மட்டும் தயவு செய்து யாருக்கும் நீங்கள் தெரிவித்துவிட வேண்டாம். நான் உங்களைக் காப்பாற்றியே தீருவேன். இது உறுதி" என்று அவருக்கு ஆறுதல் கூறினான். ஆனால் தன்னுயிர் பறிபோய்விடுமே என்று பயந்த அந்த அந்தணர் போலியான கடிதத்தைத் தயார் செய்தது புண்ணியப்ப ஐயர்தான் என்ற உண்மையை கேப்டன் காலியட்டிடம் தெரிவித்து விட்டான்.

உடனே துபாஷி புண்ணியப்ப ஐயர் கைது செய்யப்பட்டு சிறையிலடைக்கப்பட்டு விசாரணை செய்யப்பட்டார். அதில் அவர் குற்றவாளி என்று நிரூபணமானது. அத்தகவல் கடிதம் மூலம் சென்னைக் கவுன்சிலுக்குத் தெரிவிக்கப்பட்டது. ''புண்ணியப்ப ஐயர் கம்பெனியில் நீண்ட காலம் பணிபுரிந்திருப்பதாலும், எங்களது கருத்துப்படி, அவர் மிகவும் அவமானகரமான முறையில் மரணத்தைத் தழுவத் தகுதியுடையவர்" என்ற உத்தரவை சென்னைக் கவுன்சில் அனுப்பி வைத்தது. அந்த உத்தரவு கிடைத்ததும், இராணுவ துரோகத்திற்கு வழங்கப்படும் அக்காலத்து தண்டனைப்படி *1.6.1754* அன்று துபாஷி புண்ணியப்ப ஐயர் பீரங்கி

வாயிலிலிருந்து தூக்கி வீசப்பட்டு (Blown From the Mouth of a Cannon) தண்டித்துக் கொல்லப்பட்டான். இந்தச் சம்பவத்திற்குப் பிறகு யூசுப்கான் வெளிநாட்டவர்களிடம் அவர்களுக்குக் கீழ் பணிபுரிவதிலுள்ள ஆபத்தை உணர்ந்து கொண்டார். பிற்காலத்தில் அவர் அவரது சுய ஆதிக்கத்தை, சுதந்திரத்தை நிலை நிறுத்த முயற்சி செய்ததற்கு இச்சம்பவம் முக்கிய காரணமாகும்.

It has been suggested that his narrow escape must have made Yusuf Khan sensible of the danger of serving foreigners who were so dependent upon their native subordinates and that accordingly it may have been a remote cause of his subsequent attempt to establish his independence. - S.C. Hill

இவ்வாறு வீண் பழியிலிருந்து விடுதலை பெற்ற யூசுப்கான், உணவுப் பொருள்களையும், படைகளையும் பாதுகாத்துச் செல்லும் வேலையில் திரும்பவும் பணிபுரியத் துவங்கினான். 12.5.1754வது அன்று கேப்டன் காலியட்டின் படைகளை கான்சாகிப் சந்திக்க நேரிட்டது. இப்படிப்பட்ட சந்தர்ப்பத்தில் 700 பிரெஞ்சுப் படை வீரர்களை 300 பேர்களைக் கொண்ட இந்தியச் சிப்பாய்களுடன் தாக்கி வெற்றி பெற வேண்டிய சூழ்நிலை கானுக்கு ஏற்பட்டது. தஞ்சைக்கும், திருச்சிக்கும் இடையில் நடைபெற்ற போரில் யூசுப்கான் வெற்றி பெறாமல் இருந்திருந்தால், கும்பெனித் தளபதி லாரென்ஸ் பிரெஞ்சுக்காரர்களால் கொல்லப்பட்டிருப்பார். ஏனென்றால், எதிர்பாராத விதமாக லாரென்ஸ் உணவு விஷயமாக மறுநாள் தஞ்சைக்குச் செல்வதாக முடிவு செய்திருந்தார். லாரென்ஸ் செல்வதற்கு முன்பே, கான் சாகிப் பிரெஞ்சுக்காரர்களை வென்று, உணவுப் பொருள்களைக் குறிப்பிட்ட காலத்திற்குள் சென்னைக்குக் கொண்டு வந்ததோடு, தளபதி லாரென்ஸை காப்பாற்றியதால், ஆங்கிலேயரிடம் கானுக்கு உள்ள மதிப்பும் மரியாதையும் உயர்ந்தது.

அத்தியாயம் - 3
காவிரி நதி அணைகளைக் காத்த கான் சாயபு

திருச்சியில் முகமது அலியின் சார்பில் ஆங்கிலேயரும் கான்சாகிபும் போரிட்டுக் கொண்டிருந்தனர். அச்சமயத்தில் பிரெஞ்சுக் கவர்னர் டூப்ளே மாற்றப்பட்டு 1754-ல் கோடேகு என்பவர் கவர்னராகப் பாண்டிச்சேரிக்கு வந்தார். அவர் மூலமாக ஐரோப்பிய நாட்டில் ஒப்பந்தமாகியிருந்த பிரெஞ்சு - இங்கிலீஷ் சமாதான உடன்படிக்கையின்படி இந்தியாவிலிருந்த ஆங்கிலக் கும்பெனிக்கும் பிரெஞ்சுக் கும்பெனிக்குமிடையே சமாதான ஒப்பந்தம் ஏற்பட இருந்தது. அத்தகைய சமாதான ஒப்பந்தப் பேச்சுவார்த்தைகள் சென்னைக் கோட்டையில் ஜார்ஜ் சாண்டர்ஸ் என்ற ஆங்கில

அதிகாரியுடன் நடைபெற்றுக் கொண்டிருந்தன. அதேசமயத்தில் போரும் மும்முரமாக நடைபெற்றுக் கொண்டிருந்தது. பிரெஞ்சுப் படை வீரர்கள் காவிரி நதியின் கால்வாய்கள், அணைக் கட்டுக்கள் ஆகியவற்றை இடித்துத் தகர்த்துத் தமிழகத்து விவசாயத்தைக் கெடுக்க நினைத்தனர். அத்தகைய மிகக் கடுமையான கொடுமையான சந்தர்ப்பத்தில் கான் சாயபு காவிரிக் கரையைக் காத்தான். காவிரியில் கரிகாலன் கட்டிய கல்லணை கான்சாய்பால் காப்பாற்றப்பட்ட வரலாறு தமிழக வரலாற்றில் முக்கியத்துவம் வாய்ந்ததாகும். தஞ்சை மாவட்டத்தின் பயிர் நிலங்களெல்லாம் காவிரி நதி நீரையே நம்பியிருந்ததால், முத்தரச நல்லூர் என்ற இடத்தில் தகுந்த படை பலத்துடன் தஞ்சையின் விவசாயத்தைக் கான்சாகிபு காப்பாற்றினார். இதனால் ஆங்கிலேயருக்கும் தஞ்சை மராட்டியருக்கும் இடையேயிருந்த பகை உணர்ச்சி ஒழிந்து போர் ஆயுதங்கள் வீசியெறியப்பட்டன. இந்நிகழ்ச்சி 11.01.1755-ல் நிகழ்ந்தது. அதையொட்டி ஒப்பந்தமொன்று 1755 ஜனவரியில் ஏற்பட்டது.

முகமது யூசுப்கானை ஆங்கிலேயர் கௌரவித்தல்

இந்நிலையில் எம்டூவல் டிலாரிட் என்பவர் பிரெஞ்சு கவர்னராகப் பாண்டிச்சேரியில் பொறுப்பேற்றார். ஜார்ஜ் பிகட் பிரபு சென்னை வந்து பொறுப்பேற்றுக் கொண்டார். அவர் இராபர்ட் கிளைவின் நெருங்கிய நண்பர். முகமது யூசுப்கானின் தீவிர ஆதரவாளர். அவர் சென்னைக்கு வந்தவுடன் கும்பெனியில் பணியாற்றி வந்த யூசுப்கானைப் பற்றிய புகழுரைகளை அறிந்து கொண்டார். கும்பெனி இராணுவத் தளபதி 8.3.1754-ல் கவர்னர் பிகெட் பிரபுவிற்கு எழுதிய கடிதத்தில் யூசுப்கான் பற்றி அவர் பின்வருமாறு குறிப்பிட்டிருந்தார்.

“உங்களுக்கு அறிமுகப்படுத்த வேண்டிய பெருந்தகையாளர் நமது தளபதி முகமது யூசுப் என்பவராகும். அவரது புத்தி கூர்மையும் தகுதியையும் தவிர அவர் செய்து வரும் சேவையின் அவசியத்தையும் ஆற்றலின் வன்மையையும் நான் புகழ்வது மிகையாகாது. நான் அழைப்பதற்கு முன்பாகவே தானாகவே எல்லா விஷயங்களிலும் ஈடுபட்டு,

ஈடுபட்ட விஷயங்களைச் சுறுசுறுப்பாகவும், திறமையாகவும் செய்து முடிக்கின்றார். ஒரு கடிதத்தின் மூலம் உங்களுடைய பாராட்டை அறிவிப்பதோடு, அவருக்குச் சிறப்புக்குரிய பரிசையும் வழங்கினால், அது அவரால் நாம் பயன் பெறுவதற்கான சக்தியைத் தூண்டுவதாக இருக்கும்."

மேற்படி கடிதத்திற்கு 21.3.1754 தேதியிட்ட கடிதத்தில் மேஜர் லாரென்ஸ் குறிப்பட்டுள்ளபடி, "முகமது யூசுப் - சிப்பாய்களின் தளபதியை நாங்கள் நினைவில் வைத்துக் கொள்கிறோம்" என்று அறிவித்து விட்டு கும்பெனிக் குழு பின்வருமாறு தீர்மானம் செய்தது.

"மேஜர் லாரென்ஸ் முகமது யூசுப்கான் என்ற சிப்பாய்களின் தளபதி ஒருவனை, ஒரு மிகச் சிறந்த அதிகாரியாகச் சிபாரிசு செய்திருப்பதோடு, அவரைப் பாராட்டுவதற்குரிய பரிசை வழங்கி, அவரது நடத்தையையும் செயலையும் ஊக்குவிக்க வேண்டும் என்று அறிவித்திருப்பதால்,இந்தப் பரிசளிப்புக்கான ஒரு குழுவை நியமித்து, அவரைக் கும்பெனியிலுள்ள எல்லாச் சிப்பாய்களுக்கும் தளபதியாக நியமிக்கவும், அதே சமயத்தில் தங்கப்பதக்கம் ஒன்றை அவருக்கு வழங்கவும் தீர்மானம் செய்யப்பட்டுள்ளது."

மேஜர் லாரென்ஸ் கும்பெனிக் குழுவினருக்கு எழுதிய கடிதத்தில், தன் உயிரைக் காப்பாற்ற போராடிய கான்சாகிபின் நன்றியை மறக்காமல், அவருடைய பதவி உயர்வுக்குரிய சிபாரிசுகளை அவ்வப்போது செய்து வந்தார். கும்பெனித் தளபதி என்ற முறையில் 23-ம் தேதி கும்பெனியாருக்கு எழுதிய கடிதத்தில் அந்தப் புதிய பதவிக்குத் தேவையான செலவுத் தொகையின் விவரத்தை கும்பெனி அதிகாரத்துக்கு அனுப்பி வைத்தார். 30-ம் தேதி செப்டம்பர் மாதத்தில் கும்பெனியாரும் அதை அங்கீகரித்தனர்.

கும்பெனிக் குழுவினரும் மேஜர் லாரென்ஸும் செய்த ஏற்பாட்டின்படி யூசுப்கானுக்கு பரிசளிக்கவிருந்த தங்கப் பதக்கம் உள்ளூர் பொற்கொல்லர்களால் ஆறுமாத காலம் சென்ற பிறகு தயார் செய்து கொடுக்கப்பட்டது. அந்தப் பதக்கம் 27.3.1755-ல் கும்பெனியாரிடம் ஒப்படைக்கப்பட்டது. அவர்கள் இந்த நிகழ்வைப் பதிவு செய்யும் போது,

“சிப்பாய்களின் சுபேதராயிருந்த யூசுப்கானுக்கு, அவருடைய சிறந்த பணியாற்றும் திறமைக்காகவும், வீரத்திற்காகவும் கௌரவம் தரத்தக்கதொரு சின்னமாக ஒரு தங்கப் பதக்கத்தைப் பரிசாக அளிக்க வேண்டும் என்று தீர்மானத்துள்ளபடி, அந்தத் தங்கப் பதக்கம் தயாரிக்கப்பட்டு இப்போது குழுவினரிடம் ஒப்படைக்கப்பட்டுள்ளது” என்று எழுதி யிருந்தனர். அதன் நிறை 3 அவுன்ஸுகளும், 2 லிபென்னி எடை உள்ளதாகவும் இருந்தது. ஒரு பக்கத்தில் கும்பெனிப் படைச் சின்னங்களின் இலட்சிய வார்த்தைகளும், மறு பக்கத்தில் பாரசீக மொழியில் பதிக்கப்பட்ட வார்த்தைகளும் இருந்தது. “இந்தப் பதக்கம் மதிப்பிற்குரிய சென்னை செயின்ட் ஜார்ஜ் கோட்டைக் குழுவினராலும், கவர்னராலும் முகமது யூசுப்கான் பகதூர் என்ற மதிப்புக்குரிய கம்பெனிச் சிப்பாய்களின் தளபதிக்கு வீரப் பரிசாக, போர் வீரனின் பெருமைக்குரிய பதவியைப் பாதுகாக்கவும், நன்றியுடைய ஊழியனாகவும், திறமை மிக்க அதிகாரியாகவும் கருதப்பட்டு வழங்கப்படுகிறது என்று குறிப்பிடப்பட்டு இருந்தது. *(To Muhammad Yusuf, Khan Bahadur Commander of the Honourable Company’s sepoys, this medal is given by the Honourable Governor and Council of Fort Saint George as a reward to courage, and to preserve to posterity the name of a brave soldier, a skilfull officer and a faithful servant)’.*

இந்தப் பரிசளிப்பு விழாவின்போது, கும்பெனிக் குழுவின் ஏழு உறுப்பினர்கள் குழுமியிருந்தனர். அவர்களை மேஜர் லாரென்ஸ் யூசுப்கானுக்கு பதக்கத்தை பரிசாக வழங்க அழைத்தார். அவர்களில் பிகாட், பௌர்ஷியர் என்ற இரண்டு ஆங்கிலேயர்களும் யூசுப்கான் சண்டை செய்யும் போது ஆங்கிலேயர்களால் கைது செய்யப்பட நேர்ந்தால், அவன் புரட்சிக்காரனாகக் கருதப்பட்டு தூக்கிலிடப்பட்டுக் கொல்லப்பட வேண்டும் என்ற முடிவின் அடிப்படையில் அந்தத் தங்கப்பதக்கத்தை யூசுப் கானுக்கு வழங்கினார்கள்.

அத்தியாயம் - 4
கான்சாகிப் கர்னல் ஹெரான் மோதல்

கர்னல் ஹெரான் என்ற ஆங்கிலேயர் சென்னைக்கு வந்தார். அவருக்கு 'மேஜர்' பதவி வழங்கப்பட்டது.

அவருக்குக் கும்பெனியார் அளித்த அறிவுரைக் கடிதத்தில் ஹெரான் பணியாற்ற வேண்டிய பகுதிகளில் நிறைந்த அனுபவமும், நாட்டின் மீது அக்கறையும் கொண்ட யூசுப்கானுடன் அவ்வப்போது கலந்து பேசி நடந்து கொள்ள வேண்டுமென்று அறிவுறுத்தப்பட்டிருந்தது.

ஹெரான் திருச்சியை அடுத்த உறையூரில் தங்கியிருந்தார்.

இச்சமயத்தில் பூலித்தேவனின் அணியில் சந்தா சாகிபின் படைத் தலைவர் முதுமையா, மாயனா, நபிகான் கட்டாக் போன்றவர்கள் ஒன்றிணைந்து தமிழகத்தில் படையெடுக்கத் திட்டமிட்ட ஆங்கிலேயர்களை எதிர்க்கத் தயாராயினர். அம் மூவரும் முகமது அலியை எதிர்ப்பதோடு நில்லாமல், மதுரையைச் சேர்ந்த நிலப்பகுதிகளில் வசூலித்த வரிப்பணத்தை கும்பெனிக்குச் செலுத்தவும் மறுத்தனர்.

இவர்கள் பூலித் தேவனின் கூட்டணியில் சேர்ந்ததன் விளைவாக 1754 - 1755-ல் மதுரையைத் தங்கள் பொறுப்பில் ஆட்சி செலுத்தும் அளவிற்கு உயர்ந்தனர். இடைவிடாமல் நடந்த பிரெஞ்சு இங்கிலீஷ் போர்களுக்குத் தேவையான பொருளாதார பலத்துக்கு கும்பெனியார் மதுரை, மறவர் நாடுகள், திருநெல்வேலி ஆகிய பகுதிகளில் வசூலாகும் வரிப்பணத்தையே நம்பி இருந்தனர்.

எனவே மூவரின் கூட்டணியை முறியடிக்கப் பலத்த படை பலம் தேவையாக இருந்தது. முகமது அலி ஆங்கிலேயரின் வெடிமருந்துப் படைகளையே தனது வெற்றிக்கும் தன் நிலப்பகுதியை மீட்பதற்கும் பெரிதும் நம்பியிருந்தான். எனவே கும்பெனிக் குழுவினர் மிகப் பலம் பொருந்திய படை ஒன்றை கர்னல் ஹெரான் தலைமையில் 1755-ம் ஆண்டு மார்ச் மாதம் அனுப்பி வைத்தனர்.

நவாபின் அண்ணன் மாபூஸ்கான் அப்படைகளுடன் துணைக்குச் சென்றான். கான்சாகிப் அவ்விருவருடைய பாதுகாப்பிற்காகவும் உடன் சென்றார்.

படையெடுத்துச் செல்லும் பகுதியிலுள்ள உள்நாட்டு விவகாரங்கள், படையெடுப்புக்குப் பயன்படும் சாலைகள், பாதைகள் முதலியவை கான்சாகிபிற்கு நன்றாகத் தெரிந்திருந்தபோதிலும், கான்சாகிப் தலைமையில் படையை அனுப்பி வைக்காமல், கர்னல் ஹெரானுடன் சேர்ந்து அனுப்பியது கானின் மனதில் உறுத்திக் கொண்டிருந்தது.

எனினும் காலத்தைக் கணித்துக் கொண்டிருந்த கான்சாகிப் உணர்ச்சியை வெளியே காட்டிக் கொள்ளாமல், தன் கடமையை ஆற்றி வந்தார்.

கும்பெனிப் படைகள் உறையூரில் முகாமிட்டன. திருச்சியிலிருந்த பெரிய மிராசுதார்களின் வீடுகள் கொள்ளையடிக்கப்பட்டன. பிராமணர் வீடுகளும் கொள்ளையடிக்கப்பட்டன. இத்தகைய நிகழ்ச்சியில் கர்னல் ஹெரான் கான் சாகிபிற்கு எதிரான புகார்களை அவ்வப்போது கும்பெனித் தலைமையகத்திற்கு அனுப்பிக் கொண்டிருந்தான். திருச்சியில் கைப்பற்றப்பட்ட பகுதிக்கு 'திருச்சி நெல்லூர்' என்ற பெயர் கான்சாகிபின் நினைவாகச் சூட்டப்பட்டது.

பின்னர் கர்னல் ஹெரானும், ஆற்காடு நவாப்பும் 1755-ஆம் ஆண்டு பிப்ரவரி மாதம் படை வீரர்களுடன் உறையூரில் தங்கிவிட்டு மதுரை நோக்கிப் புறப்பட்டனர்.

வழியில் மணப்பாறை என்னுமிடத்தில் தங்கள் படைகளுடன் முகாமிட்டனர். அவர்கள் சுற்றியுள்ள பாளையக் காரர்களுக்கு செய்தி அனுப்பி கப்பத் தொகையை உடனே தங்களிடம் வந்து செலுத்துமாறு கட்டளையிட்டனர். பெரும்பாலான பாளையக்காரர்கள் அந்த உத்தரவிற்கு அடிபணிந்து கப்பம் செலுத்தினர்.

ஆனால் லெட்சுமி நாயக்கர் என்ற பாளையக்காரர் மட்டும் அடிபணியாமல் மணப்பாறைக்கருகில் சாலைகளில் தடைகளை ஏற்படுத்தித் தடுத்தார். கான்சாகிப் 500 சிப்பாய்களுடன் அப்பகுதிக்கு அனுப்பி வைக்கப்பட்டார். கான்சாகிப் அவருடன் மிகக் கடுமையாகப் போர் புரிந்து, லெட்சுமி நாயக்கரை வென்று அவரை உடனடியாக கர்னல் ஹெரானிடமும் நவாப்பிடமும் கப்பம் செலுத்த வைத்தார்.

கர்னல் ஹெரான், மாபூஸ்கான், கான்சாகிப் முதலியோர் படைகளுடன் மதுரை நோக்கிப் புறப்பட்டனர். கோவில் குடி என்னுமிடத்தில் மாயனா மறைந்திருந்தான். அவனைத் தாக்குவதற்காகக் கும்பெனிப் படைகோவில்குடி கோயில்

கதவை உடைத்து உள்ளே சென்றது. கள்ளர்கள் தெய்வமாக வழிபட்டு வந்த கோயில் சிலைகளை உடைத்து அங்கே கொள்ளையடிக்கப்பட்டது.

அதன் விளைவாக ஒரு பெரும் புரட்சி வெடித்தது. கும்பெனிப் படை என்ன செய்வது என்று தெரியாமல் தத்தளித்தது. யூசுப்கான் தலையிட்டு அவரது போர்த் திறமையால் அப்புரட்சி அடக்கி ஒடுக்கப்பட்டாலும் அவருக்கு ஆங்கிலேயர்களிடம் ஒருவித ஒவ்வாமை வந்துவிட்டது.

கர்னல் ஹெரான் கோவில் குடியில் கைப்பற்றப்பட்ட சிலைகளை ஏலம் போட்டு அந்தத் தொகையை திருச்சியிலிருந்த கும்பெனிப் படைகளின் நல நிதியாக வைத்துக் கொள்ளத் திட்டமிட்டான். கர்னல் ஹெரான் கள்ளர்களின் குடும்பங்களிலிருந்த பெண்கள், குழந்தைகள், முதியோர் ஆகியவர்களைக் கொஞ்சம் கூட இரக்கம் காட்டாமல் கொன்று குவித்தான். இதன் விளைவாக குடிமக்கள் கும்பெனிக் கூடாரங்களைச் சூறையாடினர்.

இப்படிப்பட்ட சூழ்நிலையில் கர்னல் ஹெரானும், மாபூஸ்கானும் மதுரையை விட்டு திருநெல்வேலிக்குத் தங்கள் படையுடன் சென்றனர். பாளையக்காரர்களோ கும்பெனிக்கு வரி செலுத்தாமல், கும்பெனித் தலைவர்களுக்கு ஏராளமான பரிசுப் பொருட்களை வழங்கினார்கள்.

இதனால் நவாபிற்காக வசூலிக்கப்பட்ட வரித் தொகையை விடத் தளபதிகளுக்கு கிடைத்த லஞ்சத் தொகை அதிகமாக இருந்தது. கடமை, கண்ணியம், கட்டுப்பாடு கொண்ட கான்சாகிப் தன் கடமையை ஆற்றினாரே தவிர பரிசுப் பொருட்களை பெற மறுத்து விட்டார். கர்னல் ஹெரான் தனக்குக் கிடைத்த வெகுமதிகளைக் கண்டு வியந்து அவற்றை எடுத்துக் கொண்டான். மொத்தத்தில் நவாபிற்கு வசூல் செய்யப்பட்ட தொகையை விட போர்ச் செலவுக்கு பயன்பட்ட தொகை எழுபதாயிரத்திற்கும் மேலாகியிருந்தது.

கர்நாடகத்தில் நவாபுகள் ஆட்சிக் காலத்தில் மாகாணம் முழுமையும் பௌஜ்தார் என்ற ராணுவ நிர்வாகி அல்லது அமுல்தார் என்ன வரி வசூல் அதிகாரியிடம் வரி வசூல்

செய்யும் அதிகாரம் வழங்கப்பட்டது. நவாப் முகமது அலி மாபூஸ்கானை பௌஜ்தாராக நியமித்திருந்தான். ஆனால் மாபூஸ்கானோ கர்னல் ஹெரானுக்கு ஏராளமான பரிசுகளை வழங்கி, தனக்கு மறவர் நாடுகள், திருநெல்வேலி முதலிய பகுதிகளை ஆண்டொன்றுக்கு 15 லட்சம் ரூபாய்களுக்கு குத்தகைக்கு விடும்படி தூண்டினான். கர்னல் ஹெரான் கும்பெனிக் குழுவினரையோ அல்லது நவாப் முகமது அலியையோ கலந்து ஆலோசிக்காமல், குத்தகை உரிமையை மாபூஸ்கானுக்கு வழங்கி விட்டான். கர்னல் ஹெரானுக்கு நிலங்களின் மதிப்புப் பற்றித் தெரியாமலிருந்ததால், குத்தகைப் பணத்தைச் சரியான முறையில் நிர்ணயம் செய்ய முடியாத நிலையிலிருந்தான்.

மாபூஸ்கான் தனக்கிருந்த குத்தகை உரிமையை மற்றொருவருக்கு 22 லட்சத்திற்கு விற்று விட்டு, ஒன்பது லட்சம் ரூபாய்களைத் தனது இராணுவச் செலவிற்குப் பயன்படுத்த விரும்பினான். கர்னல் ஹெரான் மிகவும் குறைவான தொகைக்கு மாபூஸ்கானுக்கு குத்தகைக்கு விட்டதாகக் கும்பெனியாரும் நவாபும் கருதினர்.

இதற்கிடையில் தக்காணத்தில் புஸ்ஸி என்ற பிரெஞ்சுத் தளபதி முன்னேறி வரும் செய்தி கும்பெனியாரைத் திகிலடையச் செய்தது. எனவே கும்பெனியார் ஹெரானைச் சென்னைக்குத் திரும்பி வரும்படி ஆணையிட்டனர்.

திருநெல்வேலியிலிருந்து மதுரைக்குத் திரும்பும்போது, கர்னல் ஹெரான் பூலித் தேவனின் பலம் பொருந்திய கோட்டையைத் தாக்கினான். கர்னல் ஹெரான் பூலித் தேவன் கட்ட வேண்டிய கப்பத் தொகையைச் செலுத்தாவிட்டால், கோட்டையும் நெற்கட்டும் சேவல் ஊரும் பீரங்கித் தாக்குதலால் சிதறுண்டு போய்விடும் என்று அறிவித்தான். பூலித்தேவன் தலைமையில் படை மிகச் சிறப்பாகப் போராடத் துணிந்தது. ஒரு ரூபாய் கூடக் கப்பமாகக் கொடுக்க முடியாதென்றும். அவர்களால் ஆனதைச் செய்து கொள்ளலாம் என்றும் அவர்கள் சொல்லி விட்டனர்.

கர்னல் ஹெரான் படைகளுக்கு எந்தவிதமான வசதிகளும் இல்லாததால், படை வீரர்கள் கிளர்ச்சியில் ஈடுபட்டுக் கொண்டிருந்தனர். கர்னல் ஹெரான் நெற்கட்டும் செவ்வலின் மீது எந்தத் தாக்குதல் நடவடிக்கையும் எடுக்காமல், மதுரை நோக்கி அணிவகுத்துச் செல்வதென்று முடிவு செய்தான்.

மதுரைக்குத் திரும்பிச் செல்லும்போது, நத்தத்தைச் சேர்ந்த கள்ளர்களால் கும்பெனிப் படைகளுக்குத் தொல்லைகள் ஏற்பட்டன. அந்தப் போரின் இறுதிக் கட்டத்தில் திருச்சிப் படைத் தளத்திலிருந்து 500 ஐரோப்பியர்கள் நத்தத்திற்கு விரைந்தனர். கள்ளர்கள் ஆங்கிலேயர்களை வெட்டிக் குவித்தனர். யூசுப்கானின் பெரும் முயற்சியால் கள்ளர்களின் கிளர்ச்சி அடக்கி ஒடுக்கப்பட்டது.

பின்னர் கும்பெனித் தளபதி பாண்டிச்சேரியைச் சேர்ந்த ஸெபிண்ட் என்பவன் டேவிட் கோட்டை இராணுவ நீதிமன்றத்தில் ஆசிரியர் 'ஓர்ம்' என்பவர் கர்னல் ஹெரான் பற்றி பின்வருமாறு குறிப்பிடுகிறார்.

"இவன் (கர்னல் ஹெரான்) இந்தியாவிற்கு வந்தவுடன் லாரென்ஸ் என்ற கும்பெனிப் பிரதமத் தளபதியிடம் பகைமை கொண்டதாலும், மதுரை திருநெல்வேலிப் பகுதிகளில் ஏராளமாக லஞ்சம் வாங்கியது தவிர, பொய்க் கணக்குகளைத் தயாரித்ததாகவும் குற்றம்சாட்டப்பட்டதாக" குறிப்பிடுகிறார். எனவே கும்பெனி இராணுவத்திலிருந்து கர்னல் ஹெரான் நீக்கப்பட்டான். பின்னர் அவன் டச்சுக்காரர்கள் உதவியால் சதுரங்கப்பட்டிணத்திலிருந்து தனது தாயகத்துக்குத் தப்பியோடி விட்டான்.

கர்னல் ஹெரானின் தமிழகப் படையெடுப்பு தோல்வியுற்றது. எனவே ஒரு சிறந்த ஐரோப்பியத் தளபதியைத் தேர்வு செய்து, அவனை மதுரை, திருநெல்வேலிப் பகுதிகள் மீது படையெடுக்க அனுப்புவது என்று கும்பெனியார் முடிவு செய்தனர். தளபதியைத் தேர்வு செய்வதில் கும்பெனியார் மிகவும் கவனமாகவும், அக்கறையாகவும் செயல்பட்டனர். ஆங்கிலத் தளபதியாக கேப்டன் காலியட் என்ற ஆங்கிலேயரைக் கும்பெனியார் தேர்வு செய்தனர்.

அத்தியாயம் - 5

கான்சாகிபுவும் கேப்டன் காலியட்டும்

நவாப் வேலூர் பௌஜ்தாரராக இருந்த மூர்தாஸா அலியை எதிர்த்துப் போர் புரிய வேண்டுமென்று கும்பெனியைக் கேட்டுக் கொண்டான். கும்பெனிக் குழுவினர் கில்பாட்ரிக் என்ற ஆங்கிலத் தளபதியை வேலூர் மீது படையெடுத்துச் செல்ல ஆணையிட்டனர். இந்நிலையில் பௌஜ்தார் மூர்தாஸா அலி பிரெஞ்சுக்காரர் உதவியை நாடினான். அந்த உதவி தனக்குக் கிடைக்கும் முன்பே அவன் ஆங்கிலேயருடன் சமாதானம் செய்து கொள்ள விரும்பினான். அதற்கான முயற்சிகளுக்கு அவன் முகமது யூசுப்கானை நாடினான். யூசுப்கான் ஆங்கிலத் தளபதியுடன் வேலூர்

சென்று சமாதானப் பேச்சுவார்த்தையில் ஈடுபட்டான். மூர்தாஸா அலி ஒரு லட்சம் ரூபாய்களை வரியாகச் செலுத்தத் தயாராக இருந்தான். பின்னர் கும்பெனி அதிகாரிகளுடன் பேச்சுவார்த்தையில் ஈடுபட்டபோது, தான் சமாதானமாகப் போக விரும்பவில்லையென்றும், யூசுப்கான் செய்ததெல்லாம் 'பொய் விளையாட்டு' என்றும் கூறினான்.

இதைக் கேட்ட யூசுப்கான் தனது உடைவாளை உருவி மூர்தாஸா அலியைக் கொன்றுவிட முயன்றான். அருகிலிருந்த 'ஓர்ம்' என்ற ஆங்கில அதிகாரி யூசுப்கானைத் தடுத்து நிறுத்தினான். வேலூர் படையெடுப்பின்போது, மூர்தாஸா அலிதான் முதலில் கொல்லப்படுவான் என்றும் அதற்குள் அவசரப்பட்டு அவனைக் கொல்ல வேண்டாம் என்றும் ஆங்கில அதிகாரி தடுத்து நிறுத்தினான். இதற்கிடையில் மூர்தாஸா அலிக்கு பிரெஞ்சுக்காரர்களின் படை உதவி கிடைத்தது. பிரெஞ்சுப் படைத் தளபதிகளின் வலிமையை உணர்ந்த கும்பெனித் தளபதி கில்பாட்ரிக் சென்னைக்குப் படைகளுடன் திரும்பி விட்டான்.

நவாபின் பிரதிநிதியாக இருந்த மாபூஸ்கானை புரட்சி அணியிலிருந்த பட்டாணியத் தளபதிகள் பல இடங்களில் தோல்வியுறச் செய்தனர். பூலித்தேவனும், திருவாங்கூராரும் களக்காட்டைக் கைப்பற்ற முயன்றனர். இச் செய்தி மதுரையிலிருந்து மாபூஸ்கானுக்கு எட்டியது. அவன் அதிர்ச்சியுற்று திருநெல்வேலிக்கு விரைந்து வந்தான். பூலித்தேவனும் அவருடைய பட்டாணியத் தலைவர்களான நபிகான் கட்டிக், மயனா, முதுமையா ஆகிய மூவரும் மாபூஸ்கானின் படைளை புறமுதுகு காட்டி ஓடச் செய்தனர். பின்னர் பூலித்தேவன் மதுரையைக் கும்பெனியார் நவாபின் பிடியிலிருந்து மீட்பதற்கு திட்டமிட்டார்.

மாபூஸ்கானின் தோல்வியைக் கேள்வியுற்ற ஆற்காடு நவாபு, கும்பெனிப் படைகளையும், பீரங்கிகளையும் உடனே திருநெல்வேலிக்கு அனுப்ப வேண்டுமென்று கும்பெனியாரிடம் மன்றாடிக் கேட்டுக் கொண்டான். அதன் விளைவாக கும்பெனியார் முகமது யூசுப்கானை தேர்வு செய்து அனுப்பி வைத்தனர். ஆங்கில கவர்னர் பிகட் மார்ச் 14-ம் தேதி

எழுதிய கடிதத்தில் "யூசுப்கானை வெறும் படைத் தளபதியாக மட்டும் அனுப்பவில்லை என்றும், கும்பெனி சம்பந்தமான நிர்வாக விஷயங்களில் அந்தப் பகுதிகளில் அவன் கவனம் செலுத்த வேண்டும்" என்றும் குறிப்பிட்டிருந்தார்.

ஆனால் ஆற்காடு நவாபிற்கு யூசுப்கானை, மதுரை, திருநெல்வேலி பகுதிகளுக்கு அனுப்புவதற்கு விருப்பமில்லை. மேலும் யூசுப்கானைக் கும்பெனியாருடைய நலனில் அதிக அக்கறையுடையவனாகவே நவாப் கருதினான். கும்பெனியாரே, யூசுப் கானை பெரிதும் நம்பினார்கள். நவாபைப் பொம்மையாகப் பயன்படுத்திப் பாளைய வரி வசூலைத் தீர்த்தாரப்ப முதலியாரிடம் குத்தகைக்கு ஒப்படைத்தது. இரண்டாவதாகத் தங்களுக்குச் சாதகமாகப் பணியாற்றக் கூடி யூசுப்கானைப் படையெடுக்க அனுப்ப கும்பெனி முடிவு செய்தது. இவ்வளவையும் நவாப் தனக்கு எதிராகக் கும்பெனியார் செய்யும் சூழ்ச்சியாகக் கருதினான்.

எனவே நவாப் யூசுப் கானை அனுப்புவதற்குக் கும்பெனி செய்த முடிவை மாற்றுமாறும், அவனை அனுப்பும் தீர்மானத்தை கும்பெனிக்கு குழுவினர் ரத்து செய்ய வேண்டுமென்றும் கேட்டுக் கொண்டான். இவ்வாறு கும்பெனியாரும் நவாபும் ஒருவரையொருவர் நம்பாமல் ஏமாற்றச் சூழ்ச்சி செய்து கொண்டிருந்தனர்.

இந்நிலையில் ஏப்ரல் 4-ஆம் தேதி நவாப் கும்பெனிக்கு எழுதிய கடிதத்தில் யூசுப்கானை அனுப்ப வேண்டாம் என்று கேட்டுக் கொண்டான். முன்பே யூசுப்கான் ஏராளமான படைகளுடன் படையெடுத்துச் சென்று விட்டதால், நவாபிற்கு மதிப்பு கொடுத்து கான்சாகிபைத் தடுத்து நிறுத்த கும்பெனியார் விரும்பவில்லை. திருச்சியில் கான்சாகிப் தங்கியிருந்தபோது, கேப்டன் காலியட் பாக்னர் என்ற பீரங்கி தயாரிப்பவனையும், லீஸ்லி என்ற ஐரோப்பிய டாக்டரையும் ஒப்படைத்தார். ஐரோப்பிய ராணுவ அதிகாரிகளிடமும், ஆப்பிரிக்க வேலைக்காரர்களிடமும் கான்சாகிப் நடந்து கொள்ள வேண்டிய முறைகளையும் கேப்டன் காலியப் எடுத்துக் கூறினான். மேலும் திருவாங்கூர் மன்னனுடன் தொடர்பு கொண்டதால்தான், புரட்சி அணியின்

வலிமையைக் குறைக்க முடியும் என்று கேப்டன் காலியப் கானுக்கு அறிவுரை வழங்கினான்.

இதன் பிறகு, கான்சாகிப் மதுரையை நோக்கி ஏராளான கும்பெனிப் படைகளுடன் புறப்பட்டான். கான்சாகிப் காட்டு வழியாகவும், மறவர் நாடுகள் வழியாகவும் தனது படைகளை நடத்திச் சென்று ஏப்ரல் மாதம் 6-ஆம் தேதியன்று மதுரையை அடைந்தான். மதுரைக் கோட்டையில், பூலித்தேவனின் புரட்சி வீரர்களால் பாதிக்கப்பட்ட நவாபின் தளபதி பர்க்கத்துல்லா என்பவனையும், ஜமால் சாகேப் என்பவனையும் தன்னுடன் அழைத்துக் கொண்டு திருநெல்வேலிக்குப் பயணமானான். பூலித்தேவனுடன் தொடர்புடைய மேற்குப் பகுதிப் பாளையங்களை கான்சாகிப் சூறையாடினார். கான்சாகிப் தன்னுடைய பீரங்கிகளைக் கொண்டு மேற்குப் பாளையங்களில் இருந்த பல கோட்டைகளைத் தகர்த்துவிட்டு ஆங்காங்கே கும்பெனிப் படைளை நிறுத்தி விட்டு, திருநெல்வேலிகுப் பயணமானார்.

யூசுப்கான் தனது படையெடுப்புச் சமயத்தில் திருச்சியை அடுத்த நெல்லூர் (உறையூர்) என்ற பகுதியைத் தன் பெயரில் குத்தகைக்கு எடுத்துக் கொண்டார். அதை அறிந்த நவாப் கும்பெனியாருக்கு விண்ணப்பித்து, கானின் குத்தகை உரிமையைப் பறித்துக் கொள்ள விரும்பினான். கும்பெனிக் கவர்னர் கானின் கடந்த காலச் செயல்களையும் சேவைகளை யும் எடுத்துக் காட்டி, கானுக்காகப் பரிந்து பேசினான். அதனால் நவாபிற்கு கும்பெனியார் மீது பெருத்த சந்தேகமும், யூசுப்கான் மீது கோபமும், வெறுப்பும் ஏற்பட்டது. நாளடைவில் ஆற்காடு நவாப் யூசுப்கானைத் தனது முதல் எதிரியாகக் கருதி ஆத்திரம் கொண்டான்.

மதுரைக் கிளர்ச்சி

நவாபின் பிரதிநிதியாக இருந்த மாபூஸ்கானின் படைகள் திருநெல்வேலி, மதுரைப் பகுதிகளில் வரி வசூல் செய்வது கடினமாக இருந்தது. சிப்பாய் கலகங்கள் பல்வேறு முகாம்களில் தோன்றலாயின. படை வீரர்கள் சம்பளப் பாக்கிக்காகக் கிளர்ச்சிகள் செய்தனர். பர்க்கத்துல்லாவும், மாயனாவும் புரட்சிப் படையினரிடத்தில் மதுரைக் கோட்டையை ஒப்படைத்ததால் கலவரங்கள் அதிகரித்தன.

மதுரைக் கிளர்ச்சியைப் பற்றி திருநெல்வேலியிலிருந்த கான்சாகிப் கேள்விப்பட்டதும், படைகளுடன் மதுரைக்கு விரைந்தான். மாபூஸ்கானுக்கு உதவுவதற்கு அனுப்பியிருந்த பீரங்கிகளைக் கொண்டே புரட்சிப் படைகள் தாக்கத் தொடங்கின. எனவே கான்சாகிப் மதுரைக்கு மூன்று மைல் தெற்கேயுள்ள சிக்கந்தர் மலையில் (திருப்பரங்குன்ற மலை) தங்கியிருந்தவாறு, புரட்சிப் படைகளின் போக்கைக் கண்காணித்து வந்தார். அப்போது குத்தகைக்காக தீர்த்தாரப்ப முதலி, கானை சிக்கந்தர் மலையில் சந்தித்தான். கான்சாகிப் முதலியிடம் படைச் செலவுத் தொகையைப் பெற்றுக் கொண்டார். பின்னர் மதுரையிலிருந்த பர்க்கத்துல்லாவையும், மற்றவர்களையும் கைது செய்தார்.

இச்சமயத்தில் பூலித்தேவன் தலைமையில் திருநெல்வேலிப் பகுதியில் புரட்சிகள் நடந்து கொண்டிருந்தன. கான் கும்பெனிப் படைகளுக்குக் கொடுக்கவேண்டிய சம்பளத் தொகையை தீர்த்தாரப்ப முதலியே கொடுக்க வேண்டுமென்று வற்புறுத்தி பிடிவாதம் செய்தார். இந்தச் சச்சரவைத் தீர்க்க கேப்டன் காலியட் சென்னைக்குச் சென்றான். கும்பெனியார்கள் தங்களது சார்ஜண்டுகளை அனுப்பி முதலியைக் கைது செய்தனர். முதலியோ, கான்சாகிப் தன்னை அவமானப்படுத்துவதற்கு ஐரோப்பிய சிப்பாய்களை அனுப்பியதாகக் கருதினான். எனவே முதலியும் கான்சாகிபைப் பரம எதிரியாகக் கருதினான்.

பூலித் தேவனின் புரட்சிப் படைகள் முதலியையும், பர்க்கத்துல்லாவையும் கைப்பற்றிக் கொண்டு பத்தாயிரம் வீரர்களுடன் பாளைங்கோட்டையை நெருங்கி விட்டனரென்று கான்சாகிப் அறிந்தார். உடனே அவர் கங்கை கொண்டான் என்ற இடத்தில் புரட்சிப் படைகளைச் சின்னாபின்னப்படுத்தினார். பாளையக்காரர்கள் நெல்லையிலும் அருகிலிருந்த காடுகளிலும் ஓடி ஒளிந்து கொண்டனர். நபிகான் கட்டாக் மட்டும் ஸ்ரீவில்லிபுத்தூரைக் கடந்து மதுரை நோக்கிச் சென்று கொண்டிருந்தான். ஸ்ரீவில்லிபுத்தூர் கோட்டை கும்பெனியார் வசமிருந்தது. நபிகான் ஸ்ரீவில்லிபுத்தூர் கோயிலைக் கொள்ளையடிக்கத்

திட்டமிட்டான். ஆனால் அக்கோயிலில் பணிபுரியும் பிராமணன் ஒருவன் கோயில் கோபுரத்தின் உச்சியில் ஏறி தலைகுப்புற விழுந்து, உயிரைக் கொடுத்துக் கோயிலைக் காப்பாற்றினான். அவனிட்ட சாபத்தால் கோயிலைக் கொள்ளையடிக்காமல் நபிகான் மதுரை நோக்கிப் பயணமானான்.

மார்ச் மாதம் 16-ம் தேதி யூசுப்கான் பாளையங்கோட்டையில் படைகளின் ஒரு பகுதியை நிறுத்தி விட்டு கங்கைகொண்டான் சென்றார். ஸ்ரீவில்லிபுத்தூரைக் கைப்பற்றியிருந்த தமிழர் படைகளை எதிர்த்துக் கான்சாகிப் தாக்கினார். அச்சமயத்தில் தீர்த்தாரப்ப முதலி பூலித் தேவனுடன் பேச்சுவார்த்தைகளுக்கு முயன்று அது தோல்வியில் முடிந்தது. பூலித்தேவன் படைகள் கும்பெனிக் குதிரைகளை திருடிச் சென்றன என்று குற்றஞ்சாட்டப்பட்டதால் திருடியதாகக் கருதப்பட்டவர்களில் சிலரை கான்சாகிப் பீரங்கி வாயின் முன்பு நிறுத்திக் கொன்று பயமுறுத்தினார்.

அச்சமயத்தில் திருச்சியிலிருந்த கேப்டன் காலியப் கும்பெனிக்கு ஒரு கடிதம் எழுதினான். நெருக்கடியான இச்சந்தர்ப்பத்தில் யூசுப்கானைச் சென்னைக்கு அழைத்துக் கொண்டால் தமிழகம் தமிழர்களிடத்தில் சேர்ந்து கும்பனி நவாபை விட்டுப் பிரிந்து விடும். இராணுவ ரீதியில் தமிழகத்தின் புரட்சிகளை அடக்கிக் கொண்டு ராணுவத்திற்கு வேண்டிய செலவுகளை வரி வசூல் செய்தே சமாளித்து வருகின்ற கான்சாகிபின் சேவை பாராட்டுதலுக்குரியது என்று கடிதம் எழுதினான். கேப்டன் காலியட்டை யூசுப்கானுடன் சேர்ந்து பணியாற்றும்படி டிசம்பர் மாதத்தில் கும்பெனியார் ஆணையிட்டனர். அதோடு மதுரையை உடனடியாக காப்டன் காலியட்டே கைப்பற்றிக் கொள்ள வேண்டுமென்றும், இல்லையென்றால் பிரெஞ்சுப் படைகள் பாண்டிச்சேரியிலிருப்பதால் மதுரைப் பகுதியிலுள்ளோர் பிரெஞ்சுக்காரர்களுடன் தொடர்பு கொண்டு விடக் கூடும் என்று கும்பெனியார் எச்சரித்தனர்.

அத்தியாயம் - 6
கான்சாகிபிற்கு யானையை பரிசளித்தல்

திருச்சியிலிருந்த கேப்டன் காலியட் 23.2.1757 வரை புறப்பட முடியவில்லை. அவர் புதிதாக 1000 சிப்பாய்கள், 2 பெரிய பீரங்கிகள், 120 ஐரோப்பிய அதிகாரிகள் அடங்கிய படையுடன் யூசுப்கானைச் சந்திக்க திருநெல்வேலிக்கு படைகளை நடத்திச் சென்றான். அந்தச் சமயத்தில் கான் சாகிப் ஆழ்வார்குறிச்சியில் புரட்சிப் படைகளை எதிர்த்துப் போர் செய்து கொண்டிருந்ததால், மார்ச் 17-ம் தேதி, கேப்டன் காலியட், கானைச் சந்தித்துச் சேர்ந்து கொண்டார். கான்சாகிபின் படைத் திறமையை வியந்து அதிசயமுற்ற

கேப்டன் காலியட் பாளையங்களை வெற்றி பெற்றதால், கும்பெனிக்குக் கிடைத்த இரண்டு யானைகளில் ஒன்றை, கான்சாகிபிற்குப் பரிசாகக் கொடுத்தார்.

ஏப்ரல் மாதம் 20 ஆம் தேதி கேப்டன் காலியட்டும் கான்சாகிபுவும் மதுரை வந்து சேர்ந்தனர். கேப்டன் காலியட் மதுரையை அடுத்த சிக்கந்தர் மலையில் முகாமிட்டுத் தங்கினான். கான்சாகிப் சோழவந்தானைத் தாக்குவதற்கு ஏராளமான படைகளுடன் புறப்பட்டுச் சென்றார். இத்தகைய நெருக்கடியான சமயத்தில், கும்பெனியார் கேப்டன் காலியட்டை திருச்சிக்குத் திரும்ப வரும்படி கட்டளையிட்டனர். ஆனால் காலியட் மதுரையைத் திடீரென்று தாக்கிக் கைப்பற்றி விடத் திட்டமிட்டான்.

கும்பெனியாரும், கவர்னரும் எவ்வளவுதான் கான் சாகிபை நம்பியதாக நடித்த போதிலும், அரசியல் ரீதியான சகல பொறுப்புக்களையும் அவர்கள் வசமே வைத்துக் கொண்டனர். மதுரை படையெடுப்பின் முழுப் பொறுப்பையும் கான்சாகிபிடம் கும்பெனியார் ஒப்படைத்த போதிலும், அவரது நடவடிக்கைகள் முழுவதும் கேப்டன் காலியட்டின் மேற்பார்வையில் நடைபெற்றன. கேப்டன் காலியட் அவனது வீரத்தையும், போர்த் திறமையையும் காட்ட விரும்பினான். மதுரை மீது படையெடுப்பதற்கு காலியட் செய்த ஒரு சூழ்ச்சியொன்று யூசுப்கானுக்குத் தெரியாமல் நடைபெற்றது.

கேப்டன் காலியட்டின் சூழ்ச்சியும் தோல்வியும்

கேப்டன் காலியட் மதுரைக் கோட்டையைத் திடீரென்று தாக்கிக் கைப்பற்ற நினைத்தான். அதற்காகக் கான்சாகிபிற்குத் தெரியாமல் காலியட் ஒரு திட்டத்தை வகுத்தான். காலியட் இருட்டு வேளையில் திருட்டுத்தனமாக மதுரைக் கோட்டையைக் கைப்பற்ற நினைத்தான். காலியட் ஏப்ரல் மாதம் 30 ஆம் தேதி 100 ஐரோப்பிய ராணுவத்தினர், 200 சிப்பாய்கள், பீரங்கிகள் கொண்ட படையுடன் கோட்டையைத் தாக்கிக் கைப்பற்ற முன்னேறிக் கொண்டிருந்தான். கோட்டைக் காவலாளி ஒருவன் இதை இருட்டிலும் நாய் குரைத்ததைக் கொண்டு கண்டுபிடித்து விட்டான். சுவர்களில் ஏணிகளுடன்

இருந்த காலியட்டின் படை வீரர்களையும், வணிகனைத் தாங்கிப் பிடித்தோரையும் கோட்டையிலிருந்தவர்கள் கண்டு கொண்டனர். அதன் விளைவாக காலியட் பின் வாங்கிச் சென்று விட்டான். இவ்வாறு காலியட் தோற்று விட்டதால், கும்பெனிக் குழுவினர் அவனைத் திருச்சிக்குத் திரும்பி வரும்படி கட்டளையிட்டனர். குழப்பமும், கொந்தளிப்பும் கிளர்ச்சியும், புரட்சியுமாக இருந்த கும்பெனிப் பட்டாளத்தை கான்சாகிபிடம் ஒப்படைத்து விட்டு காலியட் திருச்சிக்குச் சென்று விட்டான். கான்சாகிப் முதலியாரின் சொத்துக்களை கான்சாகிபின் படைகள் பறிமுதல் செய்தன. இதுதொடர்பாக காலியட் அனுப்பிய கடிதத்தைக் கொண்டு வந்த தூதுவர்களை கான்சாகிப், ‘கிட்ட நெருங்கினால் காதுகளை நறுக்கி விடுவேன்’ என்று எச்சரிக்கை செய்தார்.

கான்சாகிப் மதுரையைக் கைப்பற்றுதல்

கான்சாகிப் பெரும் முயற்சிகள் செய்து இடைவிடாது போர்களை நடத்தி ஆங்கிலத் தளபதியால் கைப்பற்ற முடியாத மதுரைத் தலைநகரையும், கோட்டையையும் கைப்பற்றினார். அதனால் தமிழகத் தலைநகராக விளங்கிய மதுரையை நிர்வாகம் செய்யும் பொறுப்பு கும்பெனிக்கு ஏற்பட்டது. கும்பெனி மற்றும் நவாபின் கருவூலங்கள்

Conjectural Plan of the Siege of Madura, showing the probable positions of the chief redoubts and forts built by Preston and Campbell. Fort Defiance has been identified with the Tamakam, and the positions of the Tank at Teppakulam, and the Hospital at Sikandra Malai are known. The sites of the other forts are conjectural.

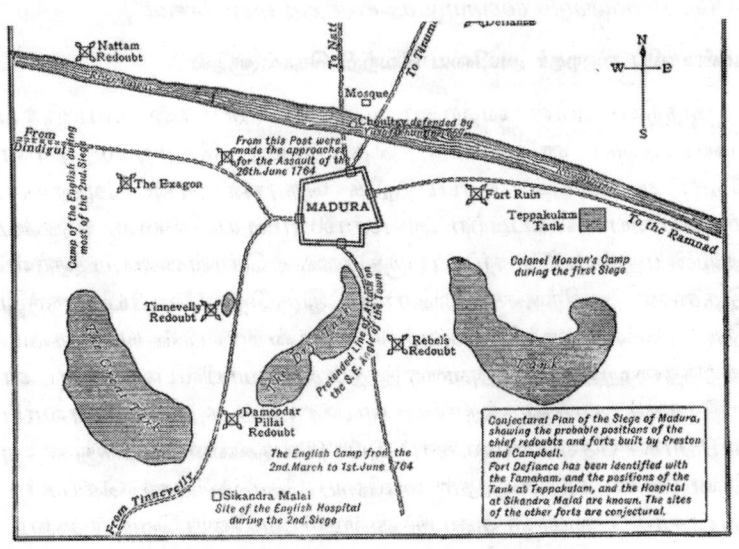

கரைந்து கொண்டிருந்த சமயத்தில், கான்சாகிப் ஒருவனால் மட்டும்தான் மதுரை திருநெல்வேலிப் பகுதிகளைச் சிறப்பாக நிர்வாகம் செய்ய முடியுமென்று கும்பெனிக் குழுவினர் கருதினார்கள். கேப்டன் காலியட் யூசுப்கான் பற்றி கும்பெனிக்கு. எழுதிய கடிதத்தில் பின்வருமாறு குறிப்பிட்டிருந்தார். “யூசுப்கான் ஒருவனே அந்தப் பகுதியில் அதிகாரம் செலுத்தவும் குத்தகைக்கு விடவும் தகுதியானவன் என்று நான் உறுதியளிக்கத் துணிகிறேன். சுற்றுப்புறத்திலிருப் பவர்களைக் கடமையாற்றவும், கீழ்ப்படிதலுடன் நடக்கச் செய்வதற்குமான சுறுசுறுப்பும் திறமையும் அவனிடத்தில்தான் அமைந்திருக்கின்றன. இது மிகவும் பெரியதொரு நிலப்பகுதி. ஆனால், அவன் மீது உங்களுக்கு நம்பிக்கை இருக்குமானால், கும்பெனியாரின் ரொட்டியைத் தின்ற எவனையும் விட அவன்தான் மதிப்பிற்குரிய கும்பெனியின் உண்மையும், நேர்மையும் உடைய ஊழியன் ஆவான்.”

("I will venture to assure you Yusuf Khan is the proper man to command in that place (Madura) and rent the country round it. The neighbours he has will require a brisk, active man amongst them to keep them their duty and obedience. It is a large trust but if there is faith in man, he is as honest and true a servant to the Honourable company as ever eat their bread".)

கான்சாகிப் ஹைதர் அலியை வெற்றி கொள்ளுதல்

இந்நிலையில் ஹைதர்அலி ஏராளமான மைசூர்ப் படைகளுடன் போர் தொடுத்து சோழவந்தான் கோட்டையைக் கைப்பற்றிக் கொண்டான். ஆனால், மதுரையைக் கைப்பற்ற அவனால் முடியவில்லை. எனவே அவன் மதுரையின் சுற்றுப் பகுதிகளைக் கொள்ளையடித்தான். இதனை அறிந்த கான்சாகிப் திருநெல்வேலியிலிருந்து திண்டுக்கல் நோக்கி விரைந்தார். கான்சாகிபின் வருகையை அறிந்த ஹைதர் அலி அவரை நத்தம் கணவாயில் படைகளுடன் எதிர்க்கக் காத்திருந்தான். கான்சாகிப் நத்தம் கணவாய் வழியாகச் செல்லாமல், காட்டுப் பாதைகளைக் கடந்து வந்து திண்டுக்கல்லில் ஹைதர் அலியை தோல்வியுறச் செய்தார். கான்சாகிப் மைசூர் தளபதி ஹைதர் அலியை வெற்றி கண்ட

சேதி கேட்டு, ஆங்கிலேயர் மிக்க மகிழ்ச்சியுற்றனர். திண்டுக்கல்லில் வெற்றி பெற்ற கான்சாகிப் மாபூஸ்கானை ஒழித்துக் கட்டுவதற்கு மீண்டும் திருநெல்வேலி புறப்பட்டுச் சென்றார். ஆனால் மாபூஸ்கான் பூலித்தேவனிடம் கைதியாகவும், கைப்பாவையாகவும் இருந்துவந்தான். அவன் திருவாங்கூராரிடத்திலிருந்து களக்காட்டை மீட்டுக் கொண்டிருந்தான்.

பாளையக்காரர்கள் கான்சாகிபைக் கொல்ல முயற்சி செய்தல்

இந்நிலையில் கான்சாகிபைப் பாளையக்காரர்கள் கொல்வதற்கான சதித் திட்டமொன்றைத் தீட்டினர். கான் சாகிப் மதுரையிலிருந்து திருநெல்வேலிக்குச் செல்லும்போது பர்க்கத்துல்லா படையில் பணியாற்றிய 400 படை வீரர்களைத் தனது படையில் சேர்த்துக் கொண்டார். அப்படை வீரர்களில் ஒரு ஜமேதார் உமார்தீன் கான்சாகிபைக் கொல்வதற்கு முயற்சி செய்தான். இந்நிகழ்வு பற்றி கான்சாகிப் கவர்னர் பிகட்டுக்கு பின்வரும் கடிதமொன்றை எழுதினார்.

"சென்ற மாதம் 28-ம் தேதியன்று உமார்தீன் என்ற குதிரை வீரன் ஒருவன் தன்னுடைய படைவீரர்களுடன் முதலாவதாக ரமணப்ப நாயக்கன் என்ற துணைத் தளபதியின் வீட்டைத் தாக்கி அவனைக் கொன்றுவிடவும், பின்னர் அதே நேரத்தில் தூங்கிக் கொண்டிருந்த என்னைக் கொன்று விடவும் வந்தான். ஆனால் ஆண்டவன் அருளாலும் உங்கள் அதிர்ஷ்டத்தாலும் நான் திடீரென எதிர்பாராத விதமாக விழித்து, அந்த ஜமேதாரையும், புரட்சிக்காரர்களையும், நாணயமற்ற நயவஞ்சகர்களையும், நரகத்திற்கு அனுப்பினால் எந்த வகையில் துன்புறுவார்களோ அவ்விதமாகத் தண்டித்தேன். அவன் நமது படையில் இருந்தும் கூட நம்பிக்கையும் நாணயமும் அற்று மேற்கண்ட ரீதியில் மோசடி செய்ய எண்ணியது எல்லாம் காலத்தின் தீமையாகும்."

டிசம்பர் மாதத்தில் கும்பெனியார் கானுக்கு அனுப்பிய செய்தியில், பிரெஞ்சுக்காரர்கள் திண்டுக்கல்லில் இருந்த ஹைதர் அலிக்கு உதவி செய்யப் போவதாக அறிவித்தனர். இந்தச் செய்தியறிந்த கான்சாகிப் ஸ்ரீவில்லிபுத்தூரைக் கைப்பற்றி அதன் மேற்கு எல்லையைக் காத்தான். ஹைதர்

அலியால் நாசமாக்கப்பட்டிருந்த சோழவந்தான் கோட்டையை கான்சாகிப் சீர்படுத்தினார். மைசூரை மராட்டியர்கள் தாக்குவதை அறிந்த ஹைதர் அலி திண்டுக்கல்லை விட்டுத் தனது படைகளுடன் மைசூர் சென்று விட்டான். இதன் பிறகு மைசூரிலிருந்த ஹைதர் அலி அடிக்கடி ஆற்காடு நவாப் முகமது அலியைப் பயமுறுத்தி வந்தான். கான்சாகிப் ஹைதர் அலியை வென்ற அவமானப்படுத்தியதால்தான், தன்னை ஹைதர் அலி அடிக்கடி பயமறுத்துவதாகக் கும்பெனியாரிடம் நவாப் தெரிவித்தான்.

கான்சாகிப் மதுரையில் தனி ஒருவராகப் போரிடல்

அச்சமயத்தில் மதுரையை ஹைதர் அலியின் ஆதரவாளர் 'பர்க்கத்துல்லா' என்பவர் கவர்னராக இருந்து ஆட்சி புரிந்து வந்தான். எனவே மதுரையைக் கைப்பற்றுவதன் மூலம் எதிர்காலத்தில், மதுரையில் ஆங்கில ஆதிக்கம் வளர அது பெரிதும் உதவியாயிருக்குமென கும்பெனி நிர்வாகம் கருதியது. எனவே கான்சாகிபை ஒரு படையுடன் மதுரைக்கு அனுப்பி வைக்க அவர்கள் முடிவு செய்தனர். கான்சாகிப் 26.3.1757-ம் வருடம் தனது படை பரிவாரங்கள், மனைவி மாஷாவோடு மதுரைக்கு வந்து சேர்ந்தார்.

பர்க்கத்துல்லாவின் மதுரைக் கோட்டையைச் சுற்றி வெளியே கும்பெனிப் படை முற்றுகையிட்டு நின்றது. எதிரிகளின் பீரங்கி முழக்கம் கேட்டதும், ஆங்கில வீரர்கள் அஞ்சி ஓடி ஒளிந்து கொண்டனர். கான்சாகிப் பத்தே வீரர்களுடன் ஒரு சத்திரத்தில் மாட்டிக் கொண்டார். பர்க்கத்துல்லாவின் 400 வீரர்கள் ஆயுதங்களோடு வந்து, கான்சாகிப் இருந்த சத்திரத்தைச் சுற்றி வளைத்துக் கொண்டனர். கான்சாகிப் சிறிதும் மனம் தளராமல் மிகவும் தைரியமாக ஒருநாள் முழுவதும் உற்சாகத்துடன் போர் புரிந்தார். பர்க்கத்துல்லாவின் படைவீரர்களால் கான்சாகிபை உயிருடன் பிடிக்கவோ அல்லது கொல்லவோ முடியவில்லை. பின்னர் ஆங்கிலேயரின் துணைப்படைகள் கான்சாகிபின் உதவிக்கு வந்தன. அப்படைகளின் உதவி கொண்டு கான்சாகிப் மதுரையை மீட்டார். அந்த அதிசய மதுரைப்

போரைப் பற்றியும், அதில் கான்சாகிப் காட்டிய அஞ்சாத வீரத்தைப் புகழ்ந்தும், ஆங்கிலேயர் அவரைப் பாராட்டிப் புகழ்ந்தனர்.

பக்கிரி மதுரை ராயகோபுரத்தின் அருகே மசூதி கட்ட முயலுதல்

1757 ஆம் ஆண்டு பர்க்கத்துல்லா கவர்னராக மதுரையை ஆட்சி செய்து கொண்டிருந்தபோது, ஒரு முகமதிய பக்கிரி மதுரை புது மண்டபம் அருகே ஒரு கூடாரம் அமைத்தார். அவர் செங்கற் சுவர் கட்டி ராயகோபுரத்தின் மேடையில் கொடியைக் கட்டி மசூதி கட்டத் தன்னைத் தயார் செய்து கொண்டிருந்தார். அதனைக் கண்டு மீனாட்சி அம்மன் கோயில் அதிகாரிகளும் வியாபாரிகளும், பக்தர்களும் மிகவும் அதிர்ச்சி அடைந்தனர்.

"அய்யா, நீங்கள் மசூதி கட்டும் முயற்சியைத் தயவு செய்து கைவிட்டு விட்டுக் கீழே இறங்கி வர வேண்டும்" என்று அவர்கள் பக்கிரியிடம் மன்றாடிக் கேட்டுக் கொண்டனர். "அது என்னால் முடியாத காரியம். மசூதி கட்டுவதிலிருந்து என்னை யாரும் தடுக்க முடியாது. ஆகையால் நான் கீழே இறங்கி வர மாட்டேன்" என்று பக்கிரி அகங்காரமாய்க் கொக்கரித்தான்.

மதுரைப் பொதுமக்கள் கவர்னர் பர்க்கத்துல்லாவிடம் முறையிடல்

உடனே பொதுமக்களும், பக்தர்களும் கவர்னர் பர்க்கத்துல்லாவிடம் போய் முறையிட்டனர். "மாண்புமிகு கவர்னர் பெருமானே! நாங்கள் தினம்தோறும் போற்றி வணங்கி வழிபட்டு வரும் மீனாட்சி அன்னை கோயிலுக்கருகில் ஒரு பக்கிரி மசூதி கட்ட முயற்சி செய்கின்றார். தயவு செய்து மேன்மை தங்கிய கவர்னர் அவர்கள் உடனே தலையிட்டு அவர் மசூதி கட்டுவதற்குத் தடை விதிக்க வேண்டும்" என்று அவர்கள் மன்றாடிக் கெஞ்சிக் கேட்டுக் கொண்டனர். "பக்கிரி மசூதி கட்டுவதற்கு எந்தத் தடையும் நான் விதிக்க மாட்டேன். அதை நிறுத்தவும் மாட்டேன்" என்று கவர்னர் பர்க்கத்துல்லா பொதுமக்களிடம் பதில் சொல்லி அவர்களைத் திருப்பி அனுப்பி விட்டான்.

பத்ரகாளியம்மன் சிலையின் இடது கண்
திடீரென்று திறந்து காணப்படுதல்

பொதுமக்களும் பக்தர்களும் கோயில் நிர்வாகத்தினரும் என்ன செய்வதென்று தெரியாமல் திகைத்துப் போய் மனம் கலங்கிப் போயிருந்தனர். உடனே மீனாட்சி அம்மன் கோயில் நிர்வாகத்தினர் கோயிலின் வடக்கு, தெற்கு, கிழக்கு, மேற்கு வாயிற் கதவுகளை மூடிவிட்டுக் கோயிலுக்குள் தங்கியிருந்தனர். அக்கோயிலின் ஆஸ்தான மண்டபத்திலுள்ள பத்ரகாளியம்மன் சிலையின் இடது கண் திடீரென்று திறந்து காணப்பட்டது. பத்ரகாளி அம்மன் கண் திறந்து காணும் அந்த அதிசய நிகழ்ச்சி காட்டுத் தீ போல் மதுரையெங்கும் பரவியது. பொதுமக்கள் சித்திரைத் திருவிழாவிற்கு வருவதுபோல், மீனாட்சி அம்மன் கோயிலுக்கு வந்து காளியம்மன் கண் திறந்து காணும் அதிசயத்தைப் பார்த்து, அம்மனைப் பயபக்தியுடன் வணங்கிச் சென்றனர். 1757 ஆம் வருடம் தை மாதம் 3 ஆம் தேதி முதல் 5 ஆம் தேதி வரை இந்த அதிசய சம்பவம் நிகழ்ந்தது.

கவர்னர் பர்க்கத்துல்லா தப்பி ஓடுதல்

அச்சமயத்தில் கான்சாகிப் ஆங்கிலேயர்களால் மதுரை கவர்னராக நியமிக்கப்பட்டிருந்தார். 1757 ஆம் ஆண்டு கான்சாகிப் ஆயிரம் ஐரோப்பியப் போர் வீரர்களின் துணையுடன் மதுரைக் கோட்டையை முற்றுகையிட்டார். கோட்டையைப் பாதுகாக்க முடியாமல் கவர்னர் பர்க்கத்துல்லா உயிர் தப்பித் திருப்பூவனம் ஓடிவிட்டார். மதுரைக் கோட்டையை கான்சாகிப் கைப்பற்றிக் கொண்டார்.

கான்சாகிப் மீனாட்சி அம்மன் கோயிலைப் புனிதப்படுத்துதல்

பின்னர் கான்சாகிபும், திருச்சியைச் சேர்ந்த முத்தழகுப் பிள்ளை என்பவரும் மதுரைக் கோட்டையையும், மீனாட்சி அம்மன் கோயிலின் நான்கு வாசல்களையும் வெளியிலிருந்தே சுற்றிப் பார்த்து விட்டுத் திரும்பிச் சென்றனர். “நான் முகமதிய மதத்தைச் சார்ந்தவன். இந்துக்கள் புனிதமாகக் கருதி வணங்கி வழிபாடு செய்யும் மீனாட்சி அம்மன் கோயிலுக்குள் நான் செல்வது முறையற்றது. அவர்கள் மனம்

புண்படும். எனவே முத்தழகுப் பிள்ளையே! நீங்கள் மட்டும் கோயிலின் உள்ளே சென்று மீனாட்சி அன்னையையும், மற்ற தெய்வங்களையும் வழிபட்டு புனித இடங்களையும் பார்வையிட்டு விட்டு வாருங்கள்" என்று கான்சாகிப் சொன்னார். அதன்படி முத்தழகுப் பிள்ளை மீனாட்சி அம்மன் கோயிலுக்குச் சென்று அம்மனை வழிபட்டு விட்டு வந்தார்.

உடனே கான்சாகிபின் உத்தரவுப்படி மீனாட்சி அம்மன் கோயிலுக்குச் சொந்தமான நிலங்கள் மீட்கப்பட்டு, கோயிலுக்குத் திருப்பிக் கொடுக்கப்பட்டன. திருஆலவாய் சிவபெருமானுக்கும், மற்றும் மதுரையிலுள்ள மற்ற கோயில்களிலும் 'புனிதப்படுத்தும் விழா' மிகச் சிறப்பாக நடைபெற்று முடிந்தது.

கான்சாகிப் ராயகோபுரத்தின் கொடியையும், கூடாரத்தையும் அகற்றுதல்

கான்சாகிபின் கட்டளைப்படி ராயகோபுரத்தில் கட்டப்பட்டிருந்த கொடியும் கூடாரமும் அகற்றப்பட்டு, பக்கிரி மதுரை நகருக்கு வெளியே விரட்டி அடிக்கப்பட்டார். மதுரை நகரிலுள்ள அனைத்து இந்துக் கோயில்களிலும் தினசரி திருவிழா மற்றும் தேரோட்டம் ஆகியவை நடத்துவதற்கு மாதம் 1000 பணம் வீதம் ஒரு வருடத்திற்கு 12,000 பணத்தை கான்சாகிப் ஒவ்வொரு கோயிலுக்கும் வழங்கினார். இது தவிர திருவிழாக் காலங்களில் பக்தர்களுக்கு உணவு வழங்குவதற்கு மீனாட்சி அம்மன் கோயிலுக்குப் பல கிராமங்களைத் தானமாக கான்சாகிப் வழங்கினார்.

அத்தியாயம் - 7

துறையூர் போரில் காான்சாகிப் காயமடைதல்

கான்சாகிபின் ஆலோசனைப்படி, திருச்சியில் பிரெஞ்சுக்காரர்களின் உதவி பெற்றுப் போருக்குத் தயாராக இருந்த ரெட்டியை எதிர்த்துப் போர் புரிய, கேப்டன் ஜோசப் ஸ்மித் என்ற கும்பினித் தளபதியின் தலைமையில் 70 ஐரோப்பிய பீரங்கிப் படையினரும், கான்சாகிப் தலைமையில் 50 காப்ரிகள், 2 பீரங்கிகள், 1000 சிப்பாய்களும் அனுப்பப்பட்டனர்.

இராமநாயக்கன் என்ற கும்பெனித் தளபதி எதிரியைப் பின்புறமாகத் தாக்குவதற்குப் படைகளுடன் அனுப்பப்பட்டான். ஏராளமான துன்பங்களை அனுபவித்த

கான்சாகிப் துறையூருக்குள் படைகளுடன் நுழைந்தார். அவனுடன் தளபதி ஜோசப் ஸ்மித்தும் பின்தொடர்ந்து சென்றான்.

கும்பெனிப் படைகள் தாக்காமலிருக்க எதிரிப் படையினர் 14 அடி உயரமுள்ள பெரிய சுவற்றைக் கட்டி அதில் முட்புதர்களை வளரச் செய்திருந்தனர். அந்தத் தடுப்புச் சுவரை உடைக்க கும்பெனியின் வெடிமருந்துகள் உபயோகப் படுத்தப்பட்டன. அந்தத் தாக்குதலில் கான்சாகிபின் தோள் மீது காயம் பட்டது. கான்சாகிப் காயத்தை மருந்து கொண்டு கட்டியபடியே போரைத் தொடர்ந்து நடத்தினார். கான்சாகிபின் வீர வரலாற்றில் போரில் காயம் பட்டது இந்தப் போரில் மட்டும்தான். பிரெஞ்சுக்காரர்களும் ரெட்டியும் கானைத் தாக்கி ஏராளமான குண்டுகளைப் பொழிந்தனர்.

அதனால் ஆங்கில வீரர்களில் பலர் பயந்து ஓடி விட்டனர். கேப்டன் ஸ்மித், அவனது வேலைக்காரன், கான்சாகிப், ஒரு பக்கிரி இவர்கள் மட்டுமே எஞ்சியிருந்தனர். போர் ஒருபுறம் நடந்து கொண்டிருக்க, மரணத்தை எதிர்பார்த்தபடி, கேப்டனும் கான் சாகிபும் பீரங்கிகளைக் கொண்டு எதிரிகளைக் கடைசி முறையாகச் சுட ஆரம்பித்தனர்.

'தின்முகமத்' முழக்கம் எழுதல்

அத்தகைய இக்கட்டான கட்டத்தில் 'தின்முகமத்' என்ற ஒலி முழக்கம் விண்ணைப் பிளந்து ஒலித்தது. எதிரியைப் பின்புறமாகத் தாக்கி வந்த இராமநாயக்கனின் படையில் இருந்த முகமதிய பீரங்கிப் படையினர் எழுப்பிய போர்க் குரல்தான் அது என்பதைக் கான்சாகிப் புரிந்து கொண்டு மிக்க மகிழ்ச்சியுற்றார். பின்னர் ரெட்டியார் அந்தப் போரில் சரணடைந்தான். கேப்டன் ஸ்மித்திடம் ரெட்டியார் 10,000 தங்க நாணயங்களை இலஞ்சமாகக் கொடுக்க முயன்றான். அதேபோல் கான்சாகிபிற்கும் இலஞ்சம் கொடுக்க அவன் முயன்றான். ஆனால் இருவரும் இலஞ்சத்தை ஏற்றுக் கொள்ள மறுத்து விட்டனர். கான்சாகிப் அந்தப் பகுதியில் கும்பெனிப் படைகளை முகாமிட வைத்துவிட்டுத் திருச்சிக்குத் திரும்பி விட்டார்.

கான்சாகிபின் திருக்கோவிலூர் வெற்றி

கேப்டன் காலியட் சென்னையிலிருந்து தஞ்சாவூர் வந்து தஞ்சை அரசரிடம் கும்பெனியாருடன் சேர்ந்து கொள்ளும்படி கேட்டார். ஆனால் தஞ்சை அரசர் கும்பெனியாருடன் கலந்து கொள்ளச் சம்மதிக்கவில்லை. கான்சாகிப் தஞ்சை அரசரின் உதவியை எதிர்பார்த்துக் காத்திராமல், நவம்பர் மாதம் 21 ஆம் தேதி திருச்சியை விட்டுப் புறப்பட்டார். வழியில் நவம்பர் 29 ஆம் தேதியன்று தியாக துர்க்கம் சென்றடைந்தார்.

அவருடன் கில்லாதார் கிருஷ்ணராவ் என்பவனும் சேர்ந்து கொண்டான். கான்சாகிப் டிசம்பர் மாதம் இளவனசூரில் தங்கியிருந்த பிரெஞ்சுப் படைகளைத் தாக்கி வெற்றி பெற்றார். அப்போது புதுக்கோட்டைத் தொண்டைமான் 200 குதிரை வீரர்களையும், 1500 களத்தார்களையும், 250 காவலர்களையும் கான்சாகிப்பிற்கு அனுப்பி வைத்தான். கான்சாகிப் அப்படைகளைச் சேர்த்துக் கொண்டு திருக்கோவிலூரைத் தாக்கி வெற்றி பெற்றார். பின்னர் வில்லியனூரைக் கான் வந்தடைந்தார்.

வில்லியனூர் மக்கள் கான் சாகிபை வரவேற்று உபசரித்தல்

வில்லியனூர் பொதுமக்கள் பிரெஞ்சுக்காரர்களின் படையெடுப்பால் மிகவும் பாதிக்கப்பட்டிருந்ததால், அவர்கள் கான்சாகிபை வரவேற்றுத் தங்களைப் பாதுகாக்குமாறு வேண்டினர். டிசம்பர் மாதம் 18ம் தேதி கான்சாகிப் வழுதாவூரை அடைந்து, அங்கிருந்த ஏரியை உடைத்துப் பெருத்த சேதத்தை ஏற்படுத்தினார். அதனால் பிரெஞ்சுக்காரர்களுக்குப் பெரிய பாதிப்பு ஏற்பட்டது. அதனால் பிரெஞ்சுப் படைகளின் முன்னேற்றம் தடுத்து நிறுத்தப்பட்டது. கான்சாகிப் டிலாலியின் படைகள் செல்லும் பாதையை வழிமறித்துக் கொண்டதால், அவன் கும்பெனி கவர்னருக்கு எழுதிய கடிதத்தில் சென்னையைத் தான் கைப்பற்றியதும் இந்தியர் வாழும் பகுதியில், ஆண், பெண் குழந்தைகள் அனைவரையும் வாளுக்கு இரையாக்கிக் கொன்று குவிக்கப் போவதாகக் கோபமாகக் குறிப்பிட்டிருந்தான்.

பரங்கிமலைப் போரில் கான்சாகிப் வெற்றி பெறுதல்

பிரெஞ்சுத் தளபதி கவுண்ட் டிலாலி சென்னைக்கு 42 மைல்களுக்கு அப்பால் உள்ள ஆங்கிலேயர் வசமிருந்த சதுரங்கப்பட்டிணத்தைத் தாக்கிக் கைப்பற்ற விரும்பினான். பிரெஞ்சுக்காரர்கள் சதுரங்கப்பட்டிணத்தைக் கைப்பற்றி ஆங்கிலேயரது குடும்பங்களைக் கைது செய்தனர்.

சதுரங்கப்பட்டிணம் பிரெஞ்சுக்காரர்களால் முற்றுகையிடப்பட்டதை அறிந்த கான்சாகிப் செங்கல்பட்டுக்குப் படைகளுடன் விரைந்தார். காஞ்சிபுரத்தில் படைகளுக்கு வேண்டிய உணவுப் பொருட்களையும், பணத்தையும் கொள்ளையடித்துக் கொண்டிருந்த பிரெஞ்சுக்காரர்களை அடக்குவதற்கு, கான்சாகிப் 1000 போர் வீரர்களை அனுப்பி வைத்தார்.

தளபதி பிரஸ்டனின் படையும் கான்சாகிபின் படையும் வருவதற்கு முன்பே, 500 பிரெஞ்சுத் துரைமார்களும், 500 சிப்பாய்களும், 500 கருங் குதிரைப் படை வீரர்களும் மான்ஷியர் என்ற பிரெஞ்சுத் தளபதி தலைமையில் தயாராக இருந்தனர்.

பிரெஞ்சுப் படைகளைக் கண்ட கான்சாகிபின் கும்பெனிப் படைகள் திகைத்து நின்றன. பரங்கிமலை என்ற இடத்தில் கான்சாகிபின் தலைமையில் ஆங்கிலப் படைகளும் மான்ஷியர் தலைமையில் பிரெஞ்சுப் படைகளும் போரிட்டன. கான்சாகிபின் படைகளைப் பார்த்ததும், பிரெஞ்சுப் படை பயந்து நடுங்கியது. பரங்கிமலைப் போரில் கான்சாயபு பெரிய இரும்புப் பாத்திரங்களில் ஈயத்தைக் காய்ச்சி, பிரெஞ்சுக்காரர்களின் மேல் ஊற்றி வெற்றி பெற்றதாக 'கான்சாகிப் சண்டை' விவரிக்கிறது.

> "பூரமாய் பட்டாளத்தை நடத்தி கானன்
> அணிஅணியாய் சிப்பாய்களேற முசாபர்
> அக்கினிபோல் கண்சிவந்து கொப்பறை தன்னில்
> மூவாயிரம் துலாமீயங்காச்சி அப்போ
> முழுயிருப்பு கரண்டியால் சிப்பாய்கள் மேலே
> காவலர்கள் வாரி இறைத்திட்டார் அதைக்

கண்டவுடன் சிப்பாய்கள் தலைகீழாய் விழுந்து
நெளிந்தோடச் சோல்தார் சினந்து அதட்டி

●

ஏறிய கோட்டைக்குள் குதித்தார்
முதல்வெட்டுபட்டாவால் வீசினபின் கானன்

– கான்சாயபு சண்டை

கான்சாகிப் திருவான்மியூரில் பிரெஞ்சுப் படைகளைத் தோற்கடித்தல்

பயந்து ஓடிய பிரெஞ்சுப் படைகள் மயிலையைச் சேர்ந்த சாந்தோம் பகுதிக்கு வந்தடைந்தன. கான்சாகிபின் படைகள் அடையாறு முகத்துவாரத்தில் தயாராய்க் காத்திருந்தன. 1.1.1759-ல் கான்சாகிபின் முகாமை 6000 பிரெஞ்சுக் குதிரைப் படை வீரர்கள் திடீரென்று தாக்கிக் குழப்பத்தை ஏற்படுத்தின. கான்சாகிப் தனது கூடாரத்திலிருந்து தப்பிச் செல்ல வேண்டிய கட்டாயத்தில் இருந்தார். அவர் மறதியாக அவரது கருவூலப் பெட்டியைக் கூடாரத்திலேயே வைத்துவிட்டுத் தப்பிச் சென்றார். பிரெஞ்சுப் படைகள் கான்சாகிபின் முகாமைச் சூறையாடிக் கொண்டிருந்தன. அப்போது தளபதி பிரெஸ்டனின் பீரங்கிப்படை வந்து சேர்ந்தது. தப்பியோடிய கான்சாகிப் திருவான்மியூருக்கு சென்ற தனது படைகளுடன் வந்து பிரெஞ்சுக்காரர்களைத் திணறடித்தார். பிரெஞ்சுக்காரர்கள் பின்வாங்கி புறமுதுகு காட்டி ஓடி விட்டனர்.

அந்தப் போரில் 700 பிரெஞ்சு வீரர்கள் சுட்டுக் கொல்லப்பட்டனர். பிரெஸ்டனும், கான்சாகிபும் எதிரிகளை வண்டலூர் வரைத் துரத்திச் சென்று விரட்டி அடித்தனர். கான்சாகிப் அவரது கூடாரத்தில் வைத்திருந்த கருவூலப்பெட்டி வைத்தது வைத்தபடியே இருந்தது.

காஞ்சிபுரத்தில் கொள்ளையடித்தல்

தளபதி பிரெஸ்டனின் படை வீரர்கள் சம்பளப் பாக்கிக்காக முணுமுணுக்கத் தொடங்கினர். தளபதி பிரெஸ்டன் உடனே காஞ்சிபுரத்திலுள்ள கடைகளைக் கொள்ளையடிக்குமாறு படைகளுக்கு உத்தரவிட்டான். அந்தக் கொள்ளையால் ஏராளமான லாபம் கும்பெனிப்

படைகளுக்குக் கிடைத்தது. பிரெஸ்டனின் படைகள் கொள்ளையடிப்பதைக் கண்ட கான்சாகிபின் படைகளும் கொள்ளையடிப்பதில் ஈடுபட்டன. போதிய குதிரைப் படைகள் இல்லாததால் பிரெஸ்டன் ஆற்காட்டுக்குச் சென்று விட்டான்.

கான்சாகிப் பூவிருந்தவல்லியை வெற்றி கொள்ளுதல்

ஆற்காட்டில் நவாபின் சகோதரன் அப்துல் வகாப் பிரெஞ்சுக்காரர்களின் உதவியோடு, கும்பெனியாரையும் ஆற்காடு நவாபு முகமது அலியையும் தாக்குவதற்குத் தயாராக இருந்தான். ஆற்காடு நவாபின் தாய், அப்துல் வகாபைக் கேட்டுக் கொண்டதால், அவன் மனமிரங்கி கும்பெனித் தளபதி பிரெஸ்டனுடன் சேர்ந்து கொண்டான். அவன் 1000 குதிரை வீரர்களையும், 1000 மராட்டிய குதிரை வீரர்களையும் கொடுத்து உதவி செய்தான். அதே சமயத்தில் கான்சாகிப் 26ம் தேதி பூவிருந்தவல்லியைக் கைப்பற்றி, அங்கு பிரெஞ்சுக்காரர்கள் உணவிற்காக வைத்திருந்த 3000 ஆடு மாடுகளைக் கைப்பற்றினார். மறுநாள் திருமுல்லைவாயிலை முற்றுகையிட்டு அங்கிருந்த மாட்டு மந்தையையும் கான்சாகிப் கைப்பற்றினார்.

கான்சாகிப்பைப் பற்றி கவுன்-டி-லாலியின் கருத்து "அவனது (யூசுப்கான்) படைகள் ஈக்களைப் போன்றவர்கள். ஓரிடத்தில் அவற்றைத் தாக்கினால் மற்ற இடங்களில் அவர்கள் மொய்த்துக் கொள்கிறார்கள்"என்று பிரெஞ்சுத் தளபதி கவுன்ட்-டி-லாலி கான்சாகிப் பற்றிக் குறிப்பிடுகிறார்.

கும்பெனிக் கவர்னர் கான்சாகிபிற்குக் கணையாழி பரிசளித்தல்

கான்சாகிபின் படைகள் பரங்கிமலைக்கு வந்து சேர்ந்தன. கும்பெனிக் கவர்னர் யூசுப்கானையும், அப்துல் வகாபையும் பாராட்டி கோமேதகத்தைச் சுற்றி வைரமிழைத்த கணையாழி ஒன்றைப் பரிசாக அனுப்பி வைத்தார். இது தவிர பத்துக் கும்பெனி குதிரை வீரர்கள், தங்கள் குதிரைகள் ஒவ்வொன்றிலும் ஓராயிரம் பொற்காசுகளைக் கானுக்குப் பரிசளிக்க எடுத்துச் சென்றனர்.

காான்சாகிபின் புகழ் ஐரோப்பா முழுவதும் பரவியது. காலியட், பிரெஸ்டன், அப்துல்வகாப், யூசுப்கான் ஆகிய நான்கு தளபதிகள் பிப்ரவரி மாதம் 9-ல் கவுன்ட்-டி-லாலியின் பிரெஞ்சுப் படைகளைத் தாக்கினார்கள். அந்தப் போரில் கான்சாகிபின் போர்த்திறமை ஆங்கிலத் தளபதிகளைத் திகைக்க வைத்தது. ஐரோப்பிய நாடுகள் எங்கும் கான்சாகிபின் புகழ் பரவியது. எதிரிகளும் கானின் போர்த் திறமையைப் பார்த்து வியந்தனர்.

இந்நிலையில் சென்னை முற்றுகையில் தோல்வியுற்ற பிரெஞ்சுப் படைகள் காஞ்சிபுரத்திற்குச் சென்றன. அங்கு முஸாபர்பெக் என்பவன் பிரெஞ்சு பாளையத்தின் தலைவனாக இருந்தான். காஞ்சியில் 16-ம் தேதி நடைபெற்ற அந்தப் போரில் பிரெஞ்சுக்காரர்களையும், அவர்களது படை வீரர்களையும் கான்சாகிப் கொன்று குவித்தார். முஸாபர்பெக் ஒரு கோயிலில் புகுந்து கொண்டான். தன்னை மறைக்குமாறு வேடம் போட்டுக் கொண்டு சென்றான். கான் சாகிப் முஸாபர் பெக்கைக் கண்காணித்து அவரது வாளால் முஸாபர் பெக் தலையை ஒரே வீச்சில் வெட்டி வீழ்த்தினார்.

அத்தியாயம் - 8
கான்சாகிப் பூலித்தேவனின் பாளையங்கோட்டையை முற்றுகையிடுதல்

சென்னையில் பெற்ற மகத்தான வெற்றிகளைக் கண்டு ஆங்கிலேயர் கானைப் பாராட்டி மகிழ்ந்தனர். அதே சமயத்தில் கான்சாகிப் இல்லாத காரணத்தால் பூலித்தேவனும், மாபூஸ்கானும் பாளையங்கோட்டையை முற்றுகையிட்டனர். இந்தச் செய்தியறிந்த கும்பெனியார், திருநெல்வேலி மாவட்டம் தங்கள் கையை விட்டுப் போய்விடுமோ என உடனே படைகளுடன் திருநெல்வேலி செல்ல கான் சாகிபிற்கு கட்டளையிட்டனர். கான்சாகிப் இல்லாவிட்டால் கும்பெனிக்கு ஆபத்து வந்திருக்கும் என்ற நிலையில் கும்பெனியார் கான்சாகிபின் மீது நம்பிக்கை கொண்டு

அவர்கள் வழங்கிய கணக்கு கான் மீது அவர்கள் எவ்வளவு நம்பிக்கை கொண்டிருந்தார்கள் என்று தெரிகிறது.

02.03.1759-ல் 30,00,000 ரூபாய்களை கானின் 1996 குதிரை வீரர்களுக்கும் 1425 சிப்பாய்களுக்கும் நவம்பர் 20 ஆம் தேதி முதல் பிப்ரவரி 23 வரை கும்பெனியார் வழங்கியுள்ளனர். அதன்படி பார்த்தால் அவரது படை வீரரின் ஒவ்வொருவரின் மார்ச் மாதச் சம்பளம் 25 ரூபாயாக தெரிகிறது. இது தவிர கும்பெனிக் குழுவினர் கானின் வீரத்தைப் பாராட்டுவதற்காக மேலும் 300 பொற்காசுகள் மதிப்புடைய இரண்டு வெல்வெட்டு ஜமுக்காளங்களை வழங்கினார்கள்.

வெற்றிக்குப் பரிசாக கான்சாகிப் வரிவசூல் குத்தகை கேட்டல்

இவ்வளவு வெற்றிக்கும், புகழுக்கும் உரிய கான் சாகிப் ஆங்கிலேயரிடம் தனக்கு மதுரை, திருநெல்வேலி பகுதிகளை ஆண்டொன்றுக்கு முதல் வருடத்தில் 5 லட்சத்திற்கும், அடுத்த மூன்று ஆண்டுகளுக்கு ஆண்டிற்கு 6 லட்சத்திற்கும் வரி வசூல் செய்ய உரிமை வழங்கும்படி பிப்ரவரி மாதம் 28-ம் தேதி விண்ணப்பம் செய்தார். இதனிடையில் கான்சாகிப் கும்பெனிக்காக ஈடுபட்ட போர்களில், வரி வசூலை நிர்வாகம் செய்தபோது, அந்தப் பகுதிகளில் வரி வசூலை விடச் செலவுத் தொகையே கும்பெனிக்கு அதிகமாக இருந்தது.

கும்பெனியார் கான்சாகிபிற்கு வரி வசூல் குத்தகை உரிமை வழங்கல்

எனவே கும்பெனியார் மார்ச் 8-ம் தேதி கானுக்கு வரி வசூல் செய்யும் குத்தகை ஒப்பந்தத்தை அங்கீகரித்து அனுமதி வழங்கினர். ஆற்காடு நவாப் தனது அண்ணன் மாபூஸ்கானுக்கு சில குறிப்பிட்ட நிலப் பகுதிகளில் வரி வசூல் செய்யும் உரிமையை வழங்கும்படி கேட்டுக் கொண்டான். கும்பெனியார் அதை ஏற்றுக் கொள்ளவில்லை. எனவே நவாப் கான்சாகிபின் மீது பொறாமை கொண்டு கான் கணக்குகளில் மோசடி செய்வான் எனக் குற்றம் சாட்டினான். ஆனால் கான் சாகிப் கும்பெனிக்கு அனுப்பிய கணக்குகளில் குற்றம் குறைகள் இல்லாது தெளிவாக இருந்தது. நவாபின் எந்த முயற்சியும் பலன் தரவில்லை. அவன் கடும் காய்ச்சல்

குளிரால் படுத்த படுக்கையாகி விட்டான். கானுக்கு எழுதிய கடிதத்தில் அவனுடைய பணிகள் சென்னையில் முடிந்த பின்னர், மதுரை சென்று விடலாம் என்று கும்பெனியார் உத்தரவிட்டனர்.

கான்சாகிப் திருச்சி நோக்கிப் படையெடுத்தல்

யூசுப்கான் 26-ஆம் தேதி 6000 போர் வீரர்கள், 6 பீரங்கிகள், 60 குதிரைகள் ஆகியவற்றுடன் திருச்சிக்குப் புறப்பட்டுச் சென்றார். வழியில் தஞ்சையரசரின் 300 குதிரை வீரர்களும் புதுக்கோட்டைத் தொண்டைமானின் 250 குதிரை வீரர்களும், 1100 கள்ளர்களும் அவருடைய படைகளுடன் சேர்ந்து கொண்டனர். அவர்கள் பிரெஞ்சுக்காரர்களுக்குச் சொந்தமான நிலப்பகுதி வழியாகச் செல்ல மறுத்தனர். கான்சாகிப் அந்த வீரர்களின் மறுப்பை ஏற்றுக் கையெழுத்து பெற்றுக் கொண்டு திருச்சி தியாகதுர்க்கம் வரை சென்றார். அங்கு அவருடைய படை வீரர்களில் 60 பேரே மிஞ்சியிருந்தனர். மற்றவர்கள் போரில் கிடைத்த லாபங்களுடன் தங்கள் வீடுகளுக்குச் சென்று விட்டனர்.

கான்சாகிப் ஆற்காடு நவாபைக் கொல்ல முயற்சி செய்தல்

ஆற்காடு நவாப் 30.01.1770-ல் கும்பெனியாருக்கு எழுதிய கடிதத்தில் யூசுப்கான் தன்னைப் பார்க்க வந்ததாகவும், அப்போது தான் மிகவும் நோய்வாய்பட்டுப் படுத்த படுக்கையாக இருக்கும்போது, யூசுப்கான் தன் உடைவாளை உருவித் தன்னைக் கொலை செய்ய முயன்றதாகவும், நல்ல வேலையாக அந்த இடத்தில் கேப்டன் ஜோசப் ஸ்மித் தன் அருகில் இருந்ததால், உயிர் தப்பிப் பிழைத்ததாகவும் அவன் எழுதியிருந்தான்.

வில்ஸன் என்ற நூலாசிரியர் எழுதிய 'நவாப் வாலாஜாவின் வரலாறு' என்ற நூலில் இச்சம்பவத்தைப் பின்வருமாறு குறிப்பிடுகிறார். 'நவாபின் உடல் நிலையைப் பற்றிக் கேள்விப்பட்ட கான்சாகிப் நவாபைக் கண்டு பேசுவதற்கு வந்தான். வழக்கம்போல் காவல்காரர்கள் யாரும் அப்போது இல்லை. அதுதான் நவாபைப் பழிவாங்குவதற்குத் தகுந்த சமயமென்று கான்சாகிப் கருதினான். உடனே தனது உடைவாளை உருவி, நவாபைக் கொலை செய்ய முயன்றான்.

அப்போது அங்கிருந்த ஜோசப் ஸ்மித் என்ற தளபதி அவனைத் தடுத்து நிறுத்தியதால் அந்தக் கொடிய நிகழ்ச்சி நடைபெறவில்லை" என்று குறிப்பிட்டுள்ளார்.

யூசுப்கான் பின்னர் கும்பெனிக்கு எழுதிய கடிதத்தில் தனக்கு நவாபின் மூலமாகக் கிடைக்க வேண்டிய வசதிகள் சலுகைகள் மறுக்கப்பட்டதால் வெறுப்பு ஏற்பட்டது என்று குறிப்பிட்டுள்ளார். யூசுப்கான் திருச்சியில் இரண்டு நாட்கள் தங்கிவிட்டுத் தனது படைகளுடன் அவசரமாக மே மாதம் 20-ம் தேதி மதுரை வந்து சேர்ந்தார்.

கான்சாகிப் மதுரைக்கு வந்தபோது, பாளையங்கோட்டை முதலிய கும்பெனிப் பாசறைகள் பெருத்த அளவிற்குப் பாதிக்கப்பட்டிருந்தன. எங்கு பார்த்தாலும் குழப்பமும் கூச்சலும் நிறைந்து காணப்பட்டது. அப்பகுதியெங்கும் கொள்ளையும் கொலையும் களவும் மலிந்து காணப்பட்டன. எனவே அந்தப் பகுதிகளில் முதலில் அமைதியை நிலைநாட்டுவது அவசியம் என்று கும்பெனி கருதியது. அத்தகைய சூழ்நிலையைச் சரியான முறையில் கையாள்வதற்குக் கான்சாகிப்பே சரியான ஆள் என்று கும்பெனி தீர்மானித்தது. எனவே கான்சாகிபை மதுரைக் கவர்னராக நியமிப்பது என கும்பெனியார் ஒருமித்த முடிவெடுத்துச் செயல்பட நியமிப்பது எனக் கும்பெனியார் ஒருமித்த முடிவெடுத்துச் செயல்பட ஆரம்பித்தனர்.

கான்சாகிப் பூலித்தேவன் நாட்டின் மீது படையெடுத்தல்

கான்சாகிப் மதுரையில் பணிகள் முடிந்ததும் 300 குதிரை வீரர்களையும், 200 காலாட் படையினரையும் அனுப்பி எட்டயபுரத்தைத் தாக்கி, பூலித்தேவனின் படைகள், கட்டபொம்மனின் படைகளுடன் சேர்ந்து விடாதவாறு தடுத்து நிறுத்தினார். முதலாவதாக கான்சாகிப் பூலித்தேவனின் கொல்லங்கொண்டான் கோட்டையைத் தாக்கி முற்றுகையிட்டுக் கைப்பற்றி விட்டார். பிறகு அவர் கோலார்பட்டி மற்றும் கங்கைகொண்டான் மீது படையெடுத்து அவற்றைக் கைப்பற்றினார்.

பின்னர் கான்சாகிப் திருநெல்வேலியில் பூலித்தேவனின் வலிமை மிகுந்த கோட்டைகளில் முக்கியமான ஊற்றுமலை,

சுரண்டைக் கோட்டைகளைக் கைப்பற்றினார். இந்நிலையில் திருவாங்கூர் மன்னர் பூலித்தேவனுக்குத் துரோகம் செய்து விட்டுக் கான்சாகிபுடன் சேர்ந்து கொண்டான். பூலித்தேவனை எதிர்ப்பதற்காகப் பத்தாயிரம் படை வீரர்களைத் திருவாங்கூர் மன்னர் கான்சாகிபிற்கு அனுப்பி வைத்தான். கான் சாகிப் வடகரைப்பாளையத்தை முற்றுகையிட்டு அதைத் தீக்கிரையாக்கினார். கான்சாகிப் திருவாங்கூர் மன்னரிடம் ஒப்பந்தம் செய்து கொண்டு, களக்காட்டை கான்சாகிப் அவருக்குக் கொடுத்து விட்டார்.

கான்சாகிப் பூலித்தேவனிடம் தோல்வியுறுதல்

கான்சாகிப் பெரும் படையுடன் பூலித்தேவனின் வாசுதேவ நல்லுரையும், நெற்கட்டும் செவ்வல் கோட்டையையும் தாக்கப் புறப்பட்டார். வாசுதேவ நல்லூர்ப் போரில் கான் சாகிபை எதிர்த்த வீரன் பூலித்தேவனின் வீரர்கள் கான்சாகிபின் பீரங்கித் தாக்குதலில் தங்களையே தியாகம் செய்து வீழ்ந்தனர்.

மாபெரும் போர் நடைபெற்றபோதும், கான்சாகிப், வீரன் பூலித்தேவனிடம் தோற்றுவிட வேண்டிய நிலை ஏற்பட்டது. ஆகவே கான்சாகிப் தனது படைகளுடன் நெல்லைக்குத் திரும்பினார். திருவாங்கூர் மன்னனும் திருவனந்தபுரம் சென்று விட்டான். மாவீரன் பூலித்தேவன் இதனைக் கொண்டாடி வெற்றி விழா நடத்தினார்.

28.01.1760 ஆம் ஆண்டு இச் செய்தி கும்பெனியாருக்குத் தெரிய வந்தது. வாசுதேவநல்லூரில் கான்சாகிபிற்குக் கிடைத்த தோல்வி, அவரது வாழ்நாளில் ஏற்பட்ட முதல் தோல்வியாகும். வாசுதேவநல்லூரில் கான் தோல்வி அடைந்தாலும், திருநெல்வேலிப் பகுதியில் அமைதி நிலவியதால், அவரால் அப்பகுதிகளில் வரி வசூல் செய்ய முடிந்தது.

கும்பெனியார் குத்தகைப் பணத்தை நவாப்பிற்கு அனுப்ப வேண்டாமென்று கட்டளையிடுதல்

டிசம்பர் மாதத்தில் கான்சாகிப் கேப்டன் ஸ்மித்துக்கு 2 லட்சம் ரூபாய்களைத் திருச்சியிலிருந்து அனுப்பி வைத்தார்.

ஆற்காடு நவாப் கும்பெனியிடம் கடன்பட்டுச் சிரமப்பட்டுக் கொண்டிருந்தான். கான்சாகிப் திருச்சிக்கு அனுப்பிய குத்தகைப் பகுதிப்பணம் 2 லட்சம் பற்றிக் கும்பெனிக்குக் கடிதம் எழுதினார். கும்பெனியார் குத்தகைப் பகுதிப் பணத்தை நேரடியாகச் சென்னைக்கே அனுப்பி வைக்கும்படி கான்சாகிபிற்குக் கட்டளையிட்டனர்.

கான் அனுப்பிய பணம் திருச்சி அனுப்பப்பட்டால், ஆற்காடு நவாப் அதைச் சென்னைக்கு அனுப்பாமல் தானே வைத்துக் கொள்வான் என்று கும்பெனியார் கருதினர். கான்சாகிப் பாண்டிச்சேரியில் பிரெஞ்சுக்காரரை எதிர்த்துப் போர் செய்து கொண்டிருந்த போது, கான் 2 லட்சம் பொற்காசுகளை ஆற்காடு நவாபிற்கு அனுப்பியதாகவும், ஆற்காடு நவாப் கும்பெனிக்கு அனுப்பாமல் அந்தப் பணத்தைத் தானே வைத்துக் கொண்டான் என்று கான்சாகிப் கும்பெனியாருக்குக் கடிதம் எழுதினார்.

கான்சாகிப் டச்சுக்காரர்களை விரட்டி அடித்தல்

இந்நிலையில் திருநெல்வேலியில் டச்சுக்காரர்கள் படையெடுக்கத் தயாராக இருந்ததால், கான்சாகிப் அவர்களுடன் போர் தொடுக்க வேண்டியிருந்தது.

தூத்துக்குடியிலிருந்த டச்சுக்காரர்கள் பாஞ்சாலங்குறிச்சி பாளையக்காரர் கம்பளத்து பாளையக்காரர் ஜெகவீரபாண்டிய கட்டபொம்மனுக்குப் பொன், பொருள், துப்பாக்கிகள், பீரங்கிகள் வழங்கிக் கோட்டையைக் கட்டிக் கொடுத்துக் கானுக்கு எதிராகப் போர் தொடுக்க உதவி செய்தனர். கான் சாகிப் தனது படையின் ஒரு பகுதியை டச்சுக்காரர்களை எதிர்க்க அனுப்பி வைத்தார். அவர்கள் கானின் படைகள் வருவதைக் கண்டு பயந்து புறமுதுகு காட்டித் தூத்துக்குடிக்குச் சென்று விட்டனர்.

கான்சாகிப் மைசூர் காரரை வெற்றி கொள்ளுதல்

கும்பெனியார் கான்சாகிபை மைசூராரை எதிர்த்துப் போரிடக் கட்டளையிட்டனர். 300 குதிரைப் படை வீரர்களையும், 3000 காலாட் படையினரையும் ஷெர்கான்

என்ற துணைத் தளபதியிடம் கான் ஒப்படைத்து, அந்தப் படையினரைக் கேப்டன் ஸ்மித்துடன் சேர்ந்து கலந்து கொள்ளும்படி கான் கட்டளையிட்டார். மதுரையில் தங்கியிருந்த மைசூர்காரரைத் துணைத் தளபதி புறங்காட்டி ஓடச் செய்து, வத்தலக்குண்டு பாளையத்தையும் இதர பாளையங்களையும் தன்வசமாக்கிக் கொண்டு ஷெர்கான் மதுரையிலேயே தங்கி விட்டான். கான்சாகிபின் திட்டப்படி ஷெர்கானை மதுரையிலேயே இருக்கும்படி அவர் உத்தரவிட்டார்.

அத்தியாயம் - 9
கான்சாகிப் மதுரை கவர்னராக நியமிக்கப்படுதல் கான்சாகிப் கள்ளர்களை அடக்குதல்

ஆற்காடு நவாபின் எண்ணத்திற்கு மாறாக, கும்பெனியாரின் உத்திரவுப்படி கான்சாகிப் மதுரை திருநெல்வேலி பகுதிகளின் கவர்னராக நியமிக்கப்பட்டார்.

அங்கு ராணுவ நகர நிர்வாகங்கள் முழுவதையும் தன் விருப்பப்படி நடத்திக் கொள்ளும் சலுகைகளைக் கும்பெனியார் அவருக்கு வழங்கினர்.

முதலில் கான்சாகிப் மதுரைச் சுற்றுப்புறங்களில் இருந்த கள்ளர்களை அடக்க வேண்டியிருந்தது. இதற்குப் பெரும் போர்ப்படை தேவைப்பட்டது. புதுக்கோட்டைத்

தொண்டைமானும் மறவர் நாடுகளும் போதிய வீரர்களைத் தந்து கானுக்கு உதவி செய்தனர். படைகள் தயாராக இருந்தபோதும் கூட அவரிடம் வெடிமருந்துகள் கைவசமில்லை. எனவே அவர் வெடிமருந்துகளை உள்நாட்டிலேயே தயாரிக்க ஏற்பாடு செய்தார். போர்த் தளவாடங்களை டச்சுக்காரர்களிடமிருந்தும், டேனிஷ்காரர்களிடமிருந்தும் கான் விலைக்கு வாங்கனார். போர்த் தளவாடங்களும் படைகளும் தயாரானவுடன் கள்ளர்களை அடக்கப் புறப்பட்டார் கான்சாகிப்.

மதுரை நகர நிர்வாகத்தை ஏற்றுக் கொண்டவுடன் மாகாணத்து மக்களைத் துன்பப்படுத்தி வந்த தொல்லைகளை கான்சாகிப் மிகவும் ஜாக்கிரதையாக ஆராய்ந்தார். புரட்சிப்பாளையக்காரர்களில் மிகவும் பலவீனமான ஒரு குறிப்பிட்ட பாளையக்காரன் மீது போர் தொடுத்தவுடன், அவன் கானின் படை வலிமைக்கு ஆற்றாது சரணடையவோ அல்லது கைதியாவதற்கு ஒப்புக் கொள்ளும்படி செய்து கான்சாகிப் அவனை அடிபணிய வைத்தார். அவனுடன் சேர்ந்து தன்னை எதிர்த்த 500 கள்ளர்களையும் ஒரே நாளில் கான்சாகிப் தூக்கிலிட்டார். இதுபோலவே நாட்டுக் கள்ளர் பலரை கான்சாகிப் அடக்கினார்.

ஒரு சமயம் கள்ளர்களை அடக்கி கான்சாகிப் அவர்களுடைய 1000 மாடுகளையும் 2000 ஆட்டு மந்தையையும் திருச்சியிலிருந்து கேப்டன் ஸ்மித்துக்கு அனுப்பி வைத்தார். இதை ஒரு அபாரதத் தொகையாகவே கான், கள்ளர்களிடமிருந்து வசூலித்தார். கள்ளர்கள் கொள்ளையடித்துச் சம்பாதித்த பணத்தை அரசாங்கத்தின் வரியாக கான்சாகிப் கள்ளர்களிடமிருந்து வசூலித்தது கிடையாது.

கள்ளர்களைப் பற்றிய கான்சாகிபின் மதிப்பீடு

கான்சாகிப் மேலூர், வெள்ளாளப்பட்டி என்ற இடங்களில் கோட்டைகளைக் கட்டினார். கள்ளர்களைச் சாலைக் காவலர்களாக அரசாங்க அதிகாரிகளாக நியமித்து அவர்கள் கொள்ளையடிக்காமல் பாதுகாக்க ஏற்பாடு செய்தார். அவர்களிடையே தகராறுகளைத் தூண்டிவிட்டு கான்சாகிப்

அவர் மூலமாகவே நீதி வழங்கி அமைதியை நிலைநாட்டினார். கான்சாகிப் அவரது படையில் கள்ளர்களைப் படை வீரர்களாகச் சேர்த்துக் கொண்டார்.

அவர்களுக்கு 'களத்தார்கள்' என்று கான்சாகிப் பெயர் சூட்டினார். இதற்கு 'தேசத்தின் உடையவர்கள்', 'இராஜாங்கப் புத்திரர்கள்' என்று அவர் பொருள் கொண்டார். அவரது ஆளுகைக்கு உட்பட்ட பகுதிகளிலும், மதுரை நகரிலும் கள்ளர்களைக் காவலர்களாக நியமித்தார். குடிக்காவல், தெருக்காவல், ஊர்க்காவல், திசைக் காவல் எனப் பல்வேறு பதவிகளை கான்சாகிப் உருவாக்கி அப்பதவிகளைக் களளர்களுக்குக் கொடுத்து அதன் நற்பயன்களை நன்கு அறிந்து கொண்டார்.

அவரது ஆட்சியில் கள்ளர் இன மக்களிடம் வரி வசூல் செய்வதில்லை என்ற முடிவை எடுத்து அதைக் கான்சாகிப் பிரகடனப்படுத்தவும் செய்தார். "கள்ளர்களிடம் வரி கேட்கும் எந்த அரசையும் கண்டால், எனக்கு வெறுப்புணர்ச்சியும் அடங்காக் கோபமும் உண்டாகிறது" என்றார்.

ஒரு சமயம் கான்சாகிப் சென்னை கவர்னருக்கு எழுதிய கடிதத்தில் கள்ளர்களைப் பற்றிப் பின்வருமாறு குறிப்பிட்டிருந்தார். "கள்ளர்கள் சாதாரண மனிதர்களல்ல. இவர்கள் அரக்க சுபாவமுள்ளவர்கள். போரில் இவர்கள் தங்கள் உயிரைப் பெரிதும் மதியாது எதிரிகள் மேல் பாய்ந்து, அவர்களுக்குச் சிம்ம சொப்பனம்போல் விளங்கும் மனித சக்திக்கு அப்பாற்பட்ட வீரர்கள்" என்று கான்சாகிப் கள்ளர்களைப் பற்றிக் குறிப்பிட்டுள்ளார். (ஆதாரம்: மாதவையர் எழுதிய நூலிலிருந்து)

கான்சாகிப் ஜூலை மாதம் 6ஆம் தேதி கும்பெனியாருக்கு எழுதிய கடிதத்தில் பின்வருமாறு குறிப்பிடுகிறார்:

"நாட்டுக் கள்ளர்களைத் தண்டிப்பதற்கும், அவர்களுடைய கணக்கு வழக்குகளை விசாரிப்பதற்காகவும் தான் மதுரையில் நீண்ட காலம் தங்க வேண்டியதாயிற்று. இப்பொழுது அவர்களை நான் அடக்கி விட்டதால், இனிமேல் அவர்கள் சர்க்காருக்கும், நாட்டிற்கும் எந்தவிதமான தொல்லையும் கொடுக்க மாட்டார்கள்" என்று குறிப்பிட்டிருந்தார்.

கான்சாகிபின் நிர்வாகம்

யூசுப்கான் மற்ற முகமதிய மன்னர்களைப் போல மதவெறி மிக்கவராக இருக்கவில்லை. அவர் ஆரம்பத்தில் மருதநாயகம் என்ற பெயரில் இந்துவாக இருந்து, பின்னர் முகமதிய மதத்திற்கு மாறித் தனது பெயரை முகமது யூசுப் கான் என்று மாற்றிக் கொண்டார். அவர் கோயில் நிர்வாகங்களில் அதிக கவனம் செலுத்தினார்.

மதுரை மீனாட்சி அம்மன் திருக்கோயில் மிகவும் புகழும் வரலாற்றுப் பெருமையும் உடையது. சந்தா சாகிபின் ஆட்சிக் காலத்தில் கோயிலுக்குச் சொந்தமான நிலங்கள் கைப்பற்றப்பட்டு மதுரை மீனாட்சி அம்மன் திருக்கோயில் மூடப்பட்டது. கோயிலின் உத்சவ விக்கிரகங்கள் மூடி மறைக்கப்பட்டன. 1741 ஆம் ஆண்டில் மராட்டியர்கள் மதுரையைக் கைப்பற்றியபோது, கோயில் திறக்கப்பட்டு அதன் வருமானங்கள் கோயிலுக்கு வழங்கப்பட்டன.

பின்னர் மதுரையை பர்க்கத்துல்லா ஆட்சி செய்த காலத்தில், கோயில் மறுபடியும் மூடப்பட்டது. கோயிலின் சொத்துக்களில் ஒரு பகுதி ஆட்சி செய்பவர்களிடத்திலும், ஒரு பகுதி மத குருமார்கள் கையிலும் இருந்தன. எனவே கான் சாகிப் இரண்டாவதான உரிமையாளர்களின் வரவினத்தைக் கைப்பற்றிக் கொண்டார். ஆனால் வரவினத்தைக் காட்டிலும் செலவினம் அதிகமாக இருந்ததால், அதற்காக அரசாங்கப் பொதுப்பணத்தைக் கோயிலின் திருவிழாச் செலவுகளுக்குக் கான்சாகிப் வழங்கினார்.

இச்சமயத்தில் கான்சாகிப் மனைவி மாஷாவிற்கு 1762ல் ஆண் குழந்தை (சுல்தான்) ஒன்று பிறந்தது. அது அவரது குடும்ப நிர்வாகத்தில் அமைதியை ஏற்படுத்துவதாக கான்சாகிப் கருதினார். சிவகங்கைச் சீமையின் மன்னராக முத்து வடுகநாதத் தேவர் (1750-1772) ஆட்சி செய்து கொண்டிருந்தார். அவரது மதி அமைச்சர் பிரதானி தாண்டவராயப்பிள்ளை கான்சாகிபுடன் சுமுகமான உறவு வைத்துக் கொள்ள விரும்பினார். கான்சாகிபுடன் ஒரு நல்லிணக்கமான உறவு ஏற்பட்டால், எதிர்காலத்தில் கான் சாகிப் சிவகங்கை மீது தாக்குதல் நடத்தாமலிருக்கக் கூடும்

என்று பிரதானி கருதினார். எனவே தாண்டவராயப்பிள்ளை சிவகங்கைப் பாளையக்காரர் முத்து வடுகநாதத் தேவர் சார்பாகக் கான்சாகிபிற்கு தங்கத் தொட்டில், தங்கப் பல்லாங்குழி, சீனத்துப் பட்டுச் சேலைகள் மற்றும் விலையுயர்ந்த பொருள்களைச் சீதனமாக வழங்கினார். கான்சாகிப் அவ்விலையுயர்ந்த பரிசுகளை ஏற்றுக் கொண்டு, திருப்பூவனத்திற்கு அருகிலுள்ள சக்குடி என்னும் கிராமத்தை தாண்டவராயப்பிள்ளைக்கு தனது ஜாகீராக வழங்கி பிள்ளையைக் கௌரவித்தார்.

ஆனால் தாண்டவாயப்பிள்ளை கான்சாகிப் வழங்கிய சக்குடி கிராமம் தனக்குத் தேவையில்லை என்று கருதினார். எனவே சக்குடி கிராமத்தைத் தனது சார்பாக மீனாட்சி அம்மன் திருக்கோயிலுக்குத் தானமாக தாண்டவராயப்பிள்ளை வழங்கி விட்டார். (When Woodia Taver the poligar of the little Marava of Sivanganga and his Pradhan Thandavaraya Pillai presented him (Khan Sahib) with a golden cradle on the birth of his son in 1762-63, he acknowledged the gift by granting to the latter, in Jagir, the village of Sakkudi, which the Pradhan, "not being in want of the village" presented to the temple of Sri Meenakshi.(page 112 of 'Yusuf Khan the Rebel Commandant' by S.C. Hill).

நாட்டில் பெரும்பாலான மக்கள் விவசாயத்தில் ஈடுபட்டிருந்ததால், அவர்களுக்குக் கள்வர்களால் தொல்லை ஏற்படாதவாறு கான்சாகிப் தடுத்து நிறுத்தினார். தாமிரபரணி நதியில் கால்வாய்கள் வெட்டி, அவர் விவசாயத்தைப் பெருக்கினார். அவர் அம்பாசமுத்திரம் அருகிலுள்ள நதியுண்ணி அணையைச் செப்பனிட்டார்.

இன்றும் அதற்குரிய கல்வெட்டு காணப்படுகிறது. மதுரையில் வாழ்ந்து வந்த கை நெசவுத் தொழிலாளர்களுக்கு முன்பணம் கொடுத்து கான்சாகிப் உதவி செய்தார். அவர்களால் நெசவு செய்யப்பட்ட துணிகள் பல பகுதிகளில் விற்பனை செய்யப்பட்டது. மேலும் கும்பெனியின் மூலமாக அவை வெளிநாடுகளுக்கு ஏற்றுமதி செய்யப்பட்டன. கான்சாகிப் இராணுவத் தேவைகளுக்கான வெடிமருந்துகளை

உள்நாட்டிலேயே தயார் செய்தார். இரும்பு, பித்தளை, வார்ப்படத் தொழில் நிலையங்கள் அமைத்துப் பீரங்கிகளையும், துப்பாக்கிகளையும் தாயகத்தில் அவர் தயாரித்தார். நகரத்தின் முக்கியமான சாலைகளில் சத்திரங்கள் பலவற்றை அவர் கட்டினார்.

யூசுப்கானின் நிர்வாகத்தில் உழவர்கள் ஒருகோட்டை விதைப்பாட்டுக்கு 150 பணங்கள் வரியாக கான்சாகிப் வசூல் செய்தார். மாபூஸ்கான் ஆட்சியில் நவாபை வெறுத்த பொதுமக்கள், கானின் ஆட்சியில் அவருக்கு முழு ஒத்துழைப்புக் கொடுத்து உதவி புரிவதற்குத் தயாராக இருந்தனர். இதுவும் யூசுப்கான் புரட்சித் தளபதியாக, மாபெரும் விடுதலை வீரராக மாற்றியதற்கு ஒரு காரணமாகும். கான்சாகிப் தனது அரண்மனையை சம்மட்டிபுரத்தில் கட்டி அங்கு வாழ்ந்து வந்தார்.

"கான்சாகிப் 1750-ல் பாளையக்காரர்களையும் கள்ளர்களையும் அடக்கப் புறப்பட்டபோது, நவாபின் பேராசைக் கொள்கைக்கு எதிராகக் கலகம் செய்வதற்குப் பதில், யூசுப்கான் தந்திரமாகச் செயல்படுவதற்கு அனுமதிக்கப்பட்டிருந்தால், மதுரைப் பிரதேசத்தில் நாற்பது ஆண்டுகளாக நடைபெற்று வந்த 'ரத்தக் களறிகளும், நாசங்களும் இல்லாமல் போயிருக்கும்' என்று பாச்சி பாதிரியார் ஆங்கிலத்தில் எழுதிய 'விதிவசத்தால் வீழ்ந்த வீரமருதுபாண்டியன்' என்ற நூலில் கான்சாகிப் பற்றிக் குறிப்பிடுகிறார்.

உழைப்பாளிகள், உற்பத்தியாளர்கள் பற்றி யூசுப்கான் பின்வருமாறு குறிப்பிடுகிறார்:

"உழைப்பாளிகளும், உற்பத்தியாளர்களும் அரசாங்கத்தின் செல்லப்பிள்ளைகளாக இருக்க வேண்டும். ஏனென்றால் அவர்கள்தான் அரசாங்கம் என்ற பெற்றோருக்கு வலிமையையும், வசதியையும் அளிக்கக் கூடிய விருப்பமான குழந்தைகளாக இருப்பர். "பாளையக்காரர்கள் ஜமீன்தார்களாக ஆகட்டும். அவர்கள் தங்கள் அண்டை அயலாருடன் சச்சரவு செய்வதை விட்டுவிட்டு, தங்கள் நிலங்களை உழுது பயிரிடட்டும். ஆனால் அவர்கள்

சோம்பேறித்தனமாக இருந்து கொண்டு, அடுத்தவர்களை அழிப்பதையே தொழிலாகக் கொண்டிருக்கின்றனர். ஆகையால் பாளையக்காரர்களைப் போன்று தலைப்பாகையும், ஈட்டியையும் வைத்திருக்கும் எந்த ஒரு மனிதனைக் கண்டாலும் அவனை நான் எதிரியாகத்தான் நடத்துவேன்". இந்தக் கொள்கையை ஆற்காடு நவாப்பும், சென்னையிலுள்ள ஆங்கிலேயர்களும் ஏற்றுக் கொள்ளவில்லை. அதனால் கான்சாகிப் ஒரு கலகக்காரராக விரட்டப்பட்டு அதன் பரிசாகத் தூக்குமேடையில் உயிரை விட்டார்.

அப்போது சென்னையில் ஆங்கிலக் கும்பெனியில் உயர் அதிகாரியாகப் பணியாற்றிய 'கர்னல் புல்லர்ட்டன்' கம்மந்தன் ஆட்சி மிக்க நேர்மையானது. அவரது செங்கோல் ஒரு சிறிதும் நடுநிலை தவறியதில்லை. தான் கூறியவற்றிலிருந்து அவர் ஒருபோதும் மாறியதில்லை. விவேகம், ஆண்மை, நாணயம் இம்மூன்றும் ஒருங்கே அமைந்த கம்மாந்தனைப் போல், எந்தப் பகுதியிலும் எந்தச் சாதியிலும் ஒருவரை நான் கண்டதில்லை" என்று குறிப்பிடுகிறார். (*While he (Musufkhan) ruled those provinces his whole administration denoted vigour and effect: his justice was unquestioned his word (was) unalterable, his measures were happily combined and firmly executed, the guilty had no refuge from punishment) Yusuf Khan, the rebel commandant by S.C.Hill - page 113*).மதுரைச் சீமையின் மகத்தான மன்னன் 'தெற்குச் சீமையின் நிகரில்லாப் பிரதிநிதி' தென்னாட்டை விளங்க வைத்த கவர்னர், பேராபத்தில் தலை கொடுத்து உதவிய அண்ணல்' என்று கான்சாகிபைப் பற்றி ஆங்கிலேயர் பெருமையாகப் போற்றிப் புகழ்ந்தனர்.

கான்சாகிப் மதுரைச் சீமையின் ஆட்சிப் பொறுப்பை ஏற்றுக் கொள்வதற்கு முன்னர், அதன் ஜமாபந்தி வருமானம் 10 லட்சம் ரூபாய்களாக இருந்தன. கம்மந்தான் கான்சாகிப் சிம்மாசனம் ஏறிய முதல் ஆண்டில் ஜமாபந்தி வருமானம் 31 லட்சமாகப் பெருகியது. மக்கள் மனம் மகிழ்ந்து விரும்பி அவர்களாகவே வரி செலுத்தும் விதத்தில், கான்சாகிப் மக்களிடம் அன்போடு நடந்து கொண்டார். கான்சாகிப் ஆட்சியில் தமிழ் மக்கள் நிம்மதியாய் வாழ்ந்து வந்தனர்.

அத்தியாயம் - 10

கான்சாகிப் - சிவகங்கைப் பிரதானி தாண்டவராயப் பிள்ளை மோதல்

சிவகங்கையின் இரண்டாவது மன்னர் முத்துவடுக நாதத் தேவர் 1759-ம் ஆண்டு புதுக்கோட்டை மன்னர் விஜய ரகுநாத ராயத் தொண்டைமானிடம் 2 லட்சம் 'சக்கரங்கள்' (நாணயங்கள்) கடனாகப் பெற்றிருந்தார்.

சந்தா சாகிப் படையெடுப்பை முறியடிப்பதற்காக அந்தக் கடனை அவர் புதுக்கோட்டை மன்னரிடமிருந்து பெற்றார். மேலும் முத்துவடுகநாதத் தேவர் ஆற்காடு நவாபிற்குக் கப்பம் செலுத்த மறுத்து விட்ட காரணத்தால், நவாப் அவர் மீது தீராப்பகை கொண்டிருந்தான்.

நவாப் முகமது அலிக்கு ஆங்கிலேயர்கள் ஏராளமாகப் பணம் கொடுத்திருந்தனர். தெற்குச் சீமையில் மாபூஸ்கான் என்பவன் முகமது அலியின் பிரதிநிதியாக நியமிக்கப்பட்டு வரி வசூல் செய்யும் அதிகாரம் பெற்று ஆட்சி செய்து கொண்டிருந்தான். அவனிடம் குத்தகைப் பணத்தை வரி வசூல் செய்வதற்கு உரிய திறமையில்லை. பாளையக்காரர்களை அடக்கி ஆளும் அளவிற்கு அவனிடம் திறமையில்லை. அவன் கட்டுப்பாட்டில் உள்ள படைகளுக்குச் சம்பளம் வழங்கக் கூட முடியவில்லை.

ஆங்கிலேய நவாபிடமிருந்து கடனைத் திரும்பப் பெற வேண்டுமானால், பகுதிப் பணம் முழுவதையும் பாளையக்காரர்களிடமிருந்து வரி வசூல் செய்வதற்குக் கம்மந்தான் கான்சாகிப்பே தகுதியானவர் எனக் கருதி ஆங்கிலேயர்கள் கான்சாகிபை மதுரைக் கவர்னராக நியமித்தனர்.

கான்சாகிப் முத்துவடுகநாதருக்கு ஓலை அனுப்புதல்

கான்சாகிப் மதுரை கவர்னராகப் பதவியேற்றதும் சிவகங்கைப் பாளையக்காரர் முத்துவடுகநாதருக்கு ஓர் ஓலை அனுப்பினார். அதில் முத்துவடுகநாதர் ஓராண்டுக்குள் கப்பத் தொகை முழுவதையும் தனக்குச் செலுத்த வேண்டுமென்றும், இல்லையேல், அவருக்குச் சொந்தமான திருப்பூவனத்தைக் கைப்பற்றுவேன் என்று கான்சாகிப் எச்சரிக்கை செய்திருந்தார்.

'ஏழரை வருஷமிதிலிருந்தரசு ஆண்டேன்

வணங்காத பேரெல்லாம் வணங்க – அந்த

மறவருடைய தளகர்த்தன் வணங்க வரவில்லை

அடிக்கிறேன் மறவன்மேல் சாரி – நாளை

பிடிக்கிறேன் திருப்பூவனக் கோட்டை"

என்று கான்சாகிபு எச்சரிக்கை செய்ததாக 'கான்சாயபு சண்டை' விவரிக்கிறது.

பிரதானி தாண்டவராயப் பிள்ளை மாஷாவைச் சந்தித்தல்

பிரதானி தாண்டவராயப்பிள்ளை கப்பம் கட்டுவது தொடர்பாகக் கான்சாகிபைச் சந்தித்து ஆலோசனை செய்ய

மதுரை சென்றார். அப்போது கான்சாகிப் திருநெல்வேலி சென்று விட்டதால், அவரது மனைவி மாஷாவைச் சந்தித்தார். கான்சாகிப் இந்துவாக இருந்தபோது, அவர் பெயர் மருதநாயகம் என்றும், மதம் மாறிய மருதநாயகம் (கான்சாகிப்) தனக்கு மைத்துனர் முறையென்றும் அவர் மாஷாவிடம் கூறினார். தனது கணவர் திருநெல்வேலியிலிருந்து திரும்பி வந்ததும், இதுதொடர்பாகத் தனது கணவரிடம் பேசுவதாகப் பிள்ளைக்கு மாஷா உறுதியளித்தார். பின்னர் பிரதானி தாண்டவராயப்பிள்ளை சிவகங்கை திரும்பி வந்து விட்டார்.

கான்சாகிப் தாண்டவராயப்பள்ளையை அவமதித்தல்

கான்சாகிப் திருநெல்வேலியிலிருந்து திரும்பி வந்ததும், தாண்டவராயப்பிள்ளை அவரைச் சந்திக்க மதுரை அவைக்குச் சென்றார். கான்சாகிப் பிள்ளைக்கு அவையில் உரிய மரியாதை வழங்காமல், அவரிடம் மிகக் கடுமையாக நடந்து கொண்டார். "சிவகங்கைப் பாளையக்காரர் முத்துவடுகநாதத் தேவர் நவாபிற்குச் செலுத்த வேண்டிய வரிப் பாக்கியைச் செலுத்தாவிட்டால், திருப்பூவனத்தைக் கைப்பற்றுவேன்" என்று கான்சாகிப் தாண்டவராய பிள்ளையை அலட்சியப்படுத்தி பேசி அவமானப்படுத்தி அவையிலிருந்து அனுப்பி வைத்தார்.

தாண்டவராய பிள்ளை சபதம் செய்தல்

அதனால் கடும் கோபம் கொண்ட பிரதானி தாண்டவராயப்பிள்ளை சிவகங்கை திரும்பி வந்து மன்னர் முத்துவடுகநாதத் தேவரைச் சந்தித்தார். அவரிடம் பிரதானியவர்கள் கான்சாகிபின் மதுரை அவையில் நடந்த நிகழ்ச்சிகளை விவரித்துக் கூறினார். "சிவகங்கைச் சீமை மன்னரை அவமானப்படுத்திய கான்சாகிபை மாமரத்துக் கிளையில் தூக்கில் தொங்கவைப்பேன்" என்று தாண்டவராயப் பிள்ளை மன்னரிடம் சபதம் செய்தார்.

"பட்டோலை யெழுதுகின்ற நல்ல
   பரிகுலதுரைகானு சொன்னையேவுன் வாக்கால்
மறுநட்டோலை பியாலுன்ன இந்த
   மாமரத்துக்கிளையில் தூக்காமல் விட்டால்

சந்த்ரகுல முத்துவடுகையா எங்கள்
சாமிவுட வாசல் பிரதானிளா நல்ல
மீறுபுகழ் வேளாளனல்ல சிங்கம்
விரித்ததுவும் தீவாசுக்கம்பளியுமல்ல
பிடித்துதவுமெழுத் தாணியல்ல சிங்கம்
போட்டதுவும் தளகர்த்த மோதிரமல்ல
விசையனெனுந்த தாண்டவராயன்"

என்று பிரதானி தாண்டவராயப்பிள்ளை, மன்னர் முத்துவடுகநாதர் முன்னிலையில் சபதம் எடுத்துக் கொண்டார் என்று "கான்சாயபு சண்டை" நூல் விவரித்துக் கூறுகிறது.

தாண்டவராயப்பிள்ளை ஆற்காடு நவாபைச் சந்தித்தல்

கான்சாகிப் மீது நடவடிக்கை எடுப்பது தொடர்பாகத் தாண்டவராயப்பிள்ளை ஆற்காடுநவாபைச் சந்திக்க திருச்சிராப்பள்ளி செல்ல விரும்பினார்.

எனவே சிவகங்கைப் பிரதானி தாண்டவராயப் பிள்ளையும், இராமநாதபுரம் பிரதானி தாமோதரம் பிள்ளையும் தங்களது பரிவாரங்களுடன் திருச்சி வந்து சேர்ந்தனர். நவாப் முகமது அலி திருச்சி காக்கா தோப்பு மைதானத்தில் மூன்று கூடாரங்கள் அமைத்து அவ்விடத்தில் இரு பிரதானிகளையும் சந்தித்துப் பேசுவதற்குப் புறப்பட்டு வந்தான். இரண்டு பிரதானிகளும் ஆற்காடு நவாபைச் சந்திக்கக் காக்கா தோப்பு மைதானம் வந்து சேர்ந்தனர்.

திருச்சிராப்பள்ளிக்குத் தன்னைத் தேடிக் காண வந்த காரணத்தை விளக்கும்படி நவாப், தாண்டவராயப் பிள்ளையிடம் கேட்டான்.

"தங்களுடைய அரண்மனையில் உப்புத் தண்ணீர் தூக்கித் திரிந்த கானுப்பயல் (கான்சாகிப்) வைகை பாயும் வள நாடு மதுரைக்குத் துரையாக வந்து, நான் கொடுக்கிற பணத்தை அவனுக்கே தரச் சொல்லி என்னுடன் சண்டைக்கு வருகிறான். இப்படி கான்சாகிப் தகாத காரியங்கள் செய்து கொண்டிருப்பதைத் தங்களுக்குத் தெரியப்படுத்தவே நான் இங்கு வந்தேன்" என்று தாண்டவராயப் பிள்ளை நவாபிடம் நயமாகக் கூறினார்.

“நான் ஏழரை ஆண்டுகளுக்கு முன்பு, கான்சாகிபை மதுரைக்கு அனுப்பி வைத்தேன். அவன் எனக்கு ஒரு பணமும் வசூல் செய்து தரவில்லை. வடக்கே இருந்து எனக்குக் கப்பப் பணம் வந்து சேரவில்லை. எனவே தெற்குப் பகுதியாவது எனக்கு வழிகாட்டினால் நான் மதுரைக் கோட்டைக்கு வருவேன்” என்று நவாப் தாண்டவராயப்பிள்ளையிடம் கூறியதாக கான்சாகிபு சண்டை விவரிக்கிறது.

ஆற்காடு நவாப் தாண்டவராயப்பிள்ளைக்கும், தாமோதரம் பிள்ளைக்கும் ஏராளமான வெகுமதிகள் வழங்கி கான்சாகிபின் மதுரை கோட்டை மீது ஒரு மாதத்திற்குப் பின்னர் படையெடுப்பதாக அவர்களிடம் நவாப் உறுதி கூறினான். கான்சாகிபின் மதுரைக் கோட்டை மீது படையெடுக்க வைக்கும் தங்களது முயற்சி வெற்றி பெறவில்லை என்ற ஆதங்கத்துடன், இரு பிரதானிகளும் மிகுந்த ஏமாற்றத்துடன் தாங்கள் தங்கியிருந்த திருச்சி விடுதிக்குத் திரும்பினர்.

கான்சாகிப் சிவகங்கை மீது படையெடுத்தல்

இதற்கிடையில் சிவகங்கை பாளையக்காரர் முத்துவடுக நாதருக்கு சொந்தமான திருப்பூவனம் மீது கான்சாகிப் படையெடுத்தார். ஆனால் அவரால் கோட்டையைக் கைப்பற்ற முடியவில்லை. அன்றிரவே அவர் சிவகங்கைப் பேட்டை வந்து அரண்மனையையும் அதற்குள்ளிருந்த ஆறுகால் சவுக்கையையும் தீயிட்டுக் கொளுத்தினார். பிறகு அவர் தஞ்சாக்கூர், வெள்ளிக்குறிச்சி, பார்த்திபனூர் பகுதிகளுக்குச் சென்று கொள்ளையடித்தார். பின்னர் கல்லூரணிக் கால்வாயை வெட்டி நாசப்படுத்தி விட்டு அவரது மதுரைக் கோட்டைக்கு வந்து சேர்ந்தார்.

கான்சாகிப் சிவகங்கைப் பகுதிகளைக் கொள்ளையடித்த தகவலை முத்துவடுகநாதத் தேவர், திருச்சியிலிருந்த தனது பிரதானி தாண்டவராயப்பிள்ளைக்கு ஓலை மூலம் தெரியப்படுத்தினார். ஆற்காடு நவாப் அலி தங்களை இன்னும் கூப்பிட்டு அழைத்துப் பேசவில்லை என்று ஒரு ஒற்றன் மூலம் ஓலை ஒன்றை தாண்டவராயப்பிள்ளை முத்துவடுகநாதருக்கு அனுப்பி வைத்தார்.

தாண்டவராயப் பிள்ளை இரண்டாவது முறை நவாப்பைச் சந்தித்தபோது, "நாங்கள் இங்கு வந்து வெகுநாட்கள் தங்கி விட்டோம். கான்சாகிப் மீது நடவடிக்கை எடுப்பது தொடர்பாக நவாப் எங்களுக்கு நல்ல பதில் சொல்ல வேண்டும்" என்று கேட்டார்.

"நாங்கள் பாதையும் வழியும் தெரியாமலிருந்தோம். எங்களுக்கு வழிகாட்ட நீங்களிருவரும் இங்கு வந்துள்ளீர்கள். நாங்கள் இப்போது முடிவெடுத்து விட்டோம். கான்சாகிப் மீது போர் தொடுக்கப் படையை உடனே திரட்ட உள்ளோம்" என்று நவாப் பதில் கூறினார். நவாப் தனது தளகர்த்தருக்குப் போர் தொடுக்கப் படைகளைத் திரட்டுமாறு கட்டளையிட்டான். பின்னர் இரு பிரதானிகளும் தங்கள் பரிவாரங்களுடன் தங்களது ராஜ்யங்களுக்குத் திரும்பி வந்து விட்டனர்.

அத்தியாயம் - 11
கான்சாகிப் வெள்ளையருக்கு எதிராகப் புரட்சிக்காரராக மாறியதற்கான சூழ்நிலை

கான்சாகிப் ஆட்சி காலத்தில் இந்தியா முழுவதும் இருந்த பாளையங்களும், சிற்றரசுகளும் கும்பெனிக்கு விரோதமாக இருந்தன.

ஆற்காடு நவாப் கும்பெனியாரிடம் ஏராளமாகக் கடன் வாங்கியதால், அவன் கும்பெனியாரின் பணியாளைப் போல், அடிமை போல் இருந்தான். தென்பாண்டிச் சீமை மக்கள் தங்கள் தாயகம் வெள்ளையரின் பிடியிலிருந்து விடுதலை பெற வேண்டுமென்று விரும்பியதால், அவர்கள் கான்சாகிபின் புரட்சிக்கும், கும்பெனி எதிர்ப்புக்கும் ஒத்துழைப்பு கொடுக்கத் தயாராக இருந்தனர்.

மறவர்கள் யூசுப்கானுக்கு உதவி செய்தல்

"யூசுப்கான் ஆங்கிலேயரையும் ஆற்காடு நவாபையும் எதிர்த்து மதுரையில் கிளர்ச்சி செய்தபோது வெள்ளை பிரெஞ்சுக் கொடியினர் (White French Flag) (1762-1764) மற்றும் தாண்டவராயப் பிள்ளை ஆகியோர் அவரை ஆதரித்துப் பக்கபலமாக இருந்தனர்" என்று பாச்சி பாதிரியார் 'விதிவசத்தால் வீழ்ந்த வீர மருதுபாண்டியன்' என்ற ஆங்கில நூலில் குறிப்பிடுகிறார். "கி.பி.1759ல் யூசுப்கான் மறவர்களின் எல்லையில் மேலூரையும், வெள்ளாளப் பட்டியையும் பலப்படுத்துவதில் மறவர்கள் பெரும் உதவியாக இருந்தனர். நவாப்புக்கு எதிராக யூசுப்கான் மதுரைக் கோட்டைக்கு வெளியே கிளர்ச்சி செய்தபோது, மறவர்கள் 2000 பலம் மிக்க வீரர்களையும் தேவையான பொருட்களையும் வழங்கினர்" என்று அதே பாதிரியார் பாச்சி குறிப்பிடுகிறார்.

திருவாங்கூர் மன்னர், ஹைதர் அலி கானுக்கு உதவி செய்தல்

திருவாங்கூர் மன்னருக்கு கான்சாகிப் களக்காட்டைப் பரிசாக வழங்கியதால், அவர் கானுக்கு உதவி செய்யத் தயாராக இருந்தார். மேற்குத் திசையிலிருந்த மைசூர் மாவீரன் ஹைதர் அலி, திருச்சியை அவருக்குத்தர மறுத்த ஆற்காடு நவாபை தனது எதிரியாகக் கருதி அவன் வெள்ளையர் கும்பெனிப் படைகளை கண்ட இடத்தில் தாக்குவதற்குத் தயாராக இருந்தான். திண்டுக்கல்லை ஹைதர் அலியிடமிருந்து மீட்ட கான்சாகிப் அதை அவனுக்கே திருப்பி வழங்கி விட்டதால் கானுக்கு உதவி செய்ய அவன் தயாராக இருந்தான். ஹைதர் அலி தஞ்சைப் பகுதியையும், நவாபின் ஆட்சியையும் விரும்பவில்லை.

கான்சாகிப் டேனிஷ்காரர்கள் உதவியைப் பெறுதல்

டச்சுக்காரரும், டேனிஷ்காரரும் இங்கிலாந்துடன் சமாதான ஒப்பந்தத்தில் இருந்தனர். அவர்கள் கும்பெனியாரின் அனுமதியுடன் ஏராளமான படைத் தளவாடங்களைத் தங்கள் நாட்டிலிருந்து வரவழைத்து விற்பனை செய்யும் உரிமை பெற்றிருந்தனர். எனவே தனது புரட்சிக்குத் தேவையான போர்த் தளவாடங்களுக்கு டேனிஷ்காரர்கள் கேட்கின்ற விலையைக் கொடுத்து விட்டால், அந்தக்

கொள்முதல் இரகசியமாகவே இருக்கும் என்று கான்சாகிப் கருதினார். குத்தகைப் பணத்தை நவாபிற்குச் செலுத்தி அடிமைகளாக வாழ்வதை விட, அந்தப் பணத்தை கான்சாகிப் படைச் செலவுக்குப் பயன்படுத்தி நவாபை எதிர்த்து வெற்றி பெற நினைத்தார்.

கான்சாகிப் வெள்ளையரை எதிர்க்கக் கட்டிய முதல் கோட்டை

காான்சாகிப் தன் மனதில் கும்பெனியாரையும், நவாபையும் எதிர்ப்பதற்கு எண்ணியிருந்தார். உள்நாட்டில் இருந்த குழப்பங்களைச் சீர் செய்து, நாட்டின் முக்கியமான கேந்திரப் பகுதியில் கோட்டை கட்டி அன்னிய ஆதிக்கத்தைத் தகுந்த முறையில் ராணுவ ரீதியில் எதிர்த்து வெற்றி பெற வேண்டும் என்று கான்சாகிப் திட்டம் தீட்டினார். அதற்காக நந்தம் கணவாயில் கான்சாகிப் கோட்டை ஒன்றைக் கட்டத் துவங்கினார்.

இப்படிப்பட்ட கோட்டை கட்டும் திட்டத்தைப் பற்றிய செய்திகள் எதுவும் கும்பெனியாருக்கு எட்டாதவாறு கான் தடை செய்திருந்தார். இதைப்பற்றி ஒற்றர்கள் வாயிலாகக் கேள்விப்பட்ட கும்பெனியார் கான்சாகிப் மீது சந்தேகங் கொள்ள ஆரம்பித்தனர். எனவே அவர்கள் மாத்தியூஹார்ன் என்ற வெள்ளை அதிகாரியை நியமித்து கான்சாகிபிடம் கோட்டை கட்டுவது பற்றி விசாரிக்க அனுப்பி வைத்தனர். ஆனால் அந்த அதிகாரியால் கான்சாகிபை கடைசி வரை சந்திக்க முடியவில்லை.

கான்சாகிபிற்குச் சாதகமாக இருந்த சூழ்நிலைகள்

தொண்டி, வைப்பாறு, தூத்துக்குடி, மணப்பாடு முதலிய துறைமுகங்களையும், மதுரையையும், பாளையங்கோட்டையையும் இணைக்கும் சாலைகள் கான்சாகிப்பும், டச்சுக்காரர்களும், டேனிஷ்காரர்களும் இணைந்து போரிடவும், உதவிகளைப் பெறுவதற்கும் உதவும்படி நல்ல நிலையில் இருந்தன. கான்சாகிப் மதுரைக் கோட்டையிலும், பாளையங்கோட்டையிலும் ஏராளமான போர் வீரர்களைச் சேர்த்து வைத்திருந்தார். மதுரைக்கும் திருநெல்வேலிக்கும் நூறு மைல் தொலைவுக்கு நல்ல சாலைகள் இருந்தாலும், தூத்துக்குடியிலிருந்தும்

பாளையங்கோட்டையிலிருந்தும் ஏராளமான படைவீரர்களைப் போருக்குச் சேர்த்துக் கொள்ளும் வாய்ப்புகள் கான்சாகிபிற்கு இருந்தன. பறக்கும் படைகளைக் கொண்டு, எதிரிகள் எங்கு தென்பட்டாலும், அவர்களை அந்த இடத்திலேயே அழிக்க முடியும் என்று கான் நம்பினார். திருச்சியிலிருந்து மதுரைக்குச் செல்லும் பெரிய சாலையில் வலச்சி நத்தம் என்ற இடத்தில் ஒரு கோட்டையும், மேற்கு மலைக் கணவாய்களில் அமைந்திருந்த ஸ்ரீவில்லிபுத்தூர்க் கோட்டையும், வடகரைக் கோட்டையும் கான்சாகிபிற்கு எதிரிகளைத் தாக்கவும் மேற்கு மலைப்பிரதேசத்திலிருந்து படை வீரர்களைக் கொண்டு வருவதற்கும் சாதகமாக இருந்தன.

கான்சாகிபின் இராணுவ பலம்

கானின் படை சிறந்த பயிற்சி பெற்றதாக இருந்தது. மதுரைக் கோட்டையில் 3000 சிப்பாய்களும் 2000 அராபியக் குதிரைகளும், 200லிருந்து 300 ஐரோப்பிய வீரர்களும் இருந்தனர். கான்சாகிபின் பறக்கும் படையில் 4000 வீரர்களும், 2000 களத்தார்களும், 1000 குதிரை வீரர்களும், 100 சிறு பீரங்கிகளும், 6 பேய்வாய் பீரங்கிகளும் அவற்றைக் கொண்டு சுடுவதற்குத் தேவையான ஆட்களும் இருந்தனர். மொத்தத்தில் கான்சாகிபின் சுதந்திர ராணுவத்தில் 10,000 சிப்பாய்களும், 200 அராபியக் குதிரை வீரர்களும், 60 ஐரோப்பிய குதிரை வீரர்களும், 300 போர் வீரர்களும், பீரங்கிகளும், ஆப்பிரிக்கக் கூலியாட்களும் ஏராளமான துப்பாக்கிகள், ஈட்டிகள், வாட்கள் படையினரும் இருந்தனர். இவை தவிர கானின் மகத்தான பெரும் புரட்சி ஏற்பாடுகளுக்கு உதவக் கூடிய ஏராளமான களத்தார்களும் அவரது அன்புக்கும் நம்பிக்கைக்கும் உரிய நாட்டு மக்களின் ஆதரவும் அவருக்கு அதிக அளவில் இருந்தன.

கான்சாகிபின் திட்டம்

கான்சாகிப் எதிரிகளை வெற்றி கொண்டு விடுதலை வீரனாக வாழ முடியாவிட்டாலும், எதிரிகளை நெடுநாட்கள் போரிட வைத்துப் பசியாலும், பிணியாலும் அவர்களை வாட்டி வதைக்கும் அளவிற்கு ராணுவ பலம் கொண்டவராக

இருந்தார். ஐரோப்பியர்களில் பெரும்பாலோர் இந்திய சிற்றரசர்களிடம் பணியாற்றி வந்தனர். அந்தச் சிற்றரசர்கள் அனைவரையும்விட கான்சாகிப்தான் ஐரோப்பியர்களின் படை வலிமை பற்றியும், போர்த்திறமை பற்றியும் நன்றாக அறிந்திருந்தார். கும்பெனிக் குழுவிற்குத் தெரியாமல் கூட பல ஐரோப்பிய வீரர்கள் கான்சாகிபின் விடுதலைப் போருக்கு ஒத்துழைப்புக் கொடுத்து உதவி செய்யத் தங்களைப் பதிவு செய்து கொண்டனர்.

கான்சாகிப் – மாதவ் சந்திப்பு

14.04.1762-ல் பிரெஞ்சுக் கவர்னர் லாலியிடம் பணியாற்றிய மான்ஷியர் - டீ - மாதவ் என்பவன் நாகப்பட்டினத்திற்கு வந்து சேர்ந்தான். மாதவ் கான் சாகிபைத் தொடர்பு கொண்டான். கானிடமிருந்து தகுந்த பதில் கிடைத்ததும் மாலென் என்பவனையும், சார்லஸ் பினாமி கோர்ட் என்பவனையும் மதுரைக்கு அனுப்பி வைத்தான். கான் சாகிப் பிரெஞ்சுக் குடிமகனாக மாறுவதற்கு ஒப்புக் கொண்டால், மாரீஸ் தீவிலுள்ள பிரெஞ்சுப் படைகளை கான் சாகிபிற்கு உதவி செய்ய அனுப்புவதாக மாலெட் அறிவித்தான். அந்தப் பிரெஞ்சுப் படைகள் கப்பலேறி நாகப்பட்டினம் துறைமுகத்திற்கு வருவதற்கு முன்பு தென்னகத்தின் பல்வேறு பகுதிகளில் சிதறிக் கிடந்த பிரெஞ்சுக்காரர்களை மதுரைக்கு வரவழைப்பதற்கு ஏற்படும் செலவுத் தொகையை கான்சாகிப்பும் வழங்குவதாக ஒப்புக் கொண்டார்.

மார்ச்செண்ட் கான்சாகிப் படையில் இணைதல்

கடந்தகாலப் பிரெஞ்சுப் போர்களில் மார்ச்செண்ட் என்ற தளபதி மிகச் சிறப்பாகப் பணியாற்றினான். அவன் வீரமும் தீரமும் உடையவன். அவன் *1758*-ஆம் ஆண்டிலிருந்து லாலியின் படையில் சிறப்பாகப் பணியாற்றிப் பேரும் புகழும் பெற்று சென்னை முற்றுகையில் பங்கெடுத்தவன். அவன் மீது ஆங்கிலேயர் கவனம் செலுத்தி வந்தனர். *1762*-ல் அவன் தனது பிரெஞ்சுப் படைகளுடன், மாதவின் உத்திரவுப்படி, மதுரைக்குச் சென்று கான்சாகிபுடன் சேர்ந்து கொண்டான். திருச்சியிலிருந்த பிரெஞ்சுக் கைதிகள் சிறையை விட்டு வெளியேறி கான்சாகிபின் புரட்சிப் போரில் பங்கு கொள்ளத் தயார்படுத்திக் கொண்டனர்.

ஆற்காடு நவாப் அச்சப்படுதல்

ஆற்காடு நவாப், திருச்சி ஹைதர்அலி அல்லது கான்சாகிபால் தான் தாக்கப்படக் கூடும் என்று பயந்தான். ஆற்காடு நவாப் பயந்ததால், தன் குடும்பத்துடன் தங்கள் பாதுகாப்பில் சென்னைக்கு வந்து தங்கியிருக்கும்படி கும்பெனியார் நவாபைக் கேட்டுக் கொண்டனர். அவன் கும்பெனியிடம் அடைக்கலமாவதே பாதுகாப்பானது என்று கும்பெனியாரை நம்பியிருந்தான். 7.9.1762-ல் பிகெட் பிரபு கானுக்கு எழுதிய கடிதத்தில், கானின் போக்கு தனக்குச் சந்தேகத்தை ஏற்படுத்துவதாகவும், கான்சாகிபை உடனடியாகச் சென்னைக்கு வந்து தன்னைச் சந்தித்துப் போகும்படியும் குத்தகை உரிமையை அவனுக்கு அந்த ஆண்டில் கொடுப்பதாகவும் உறுதி செய்து கடிதம் எழுதியிருந்தான். செப்டம்பர் 13-ம் தேதி தஞ்சை மன்னர் கும்பெனிக்கு எழுதிய கடிதத்தில், கான்சாகிப் நவாபை எதிர்ப்பதற்காகத்தான் தன்னுடைய உதவியைக் கேட்டிருப்பதாக எழுதினான்.

கான்சாகிப் சென்னைக்குச் செல்ல வேண்டாம் என்று ஆலோசனை கூறுதல்

தஞ்சை மன்னனும், வேலூர் மூர்விதா அலியும் கான்சாகிபைச் சென்னைக்குச் செல்ல வேண்டாமென்று அவருக்கு ஆலோசனை கூறினர். கான்சாகிப் செப்டம்ர் மாதம் 20-ம் தேதி பிகெட் பிரபுவிற்கு எழுதிய கடிதத்தில், தன்னுடைய கடந்தகால சேவைகளைப் பற்றியும், நவாபின் நீதி நியாயமற்ற செயல்களைச் சுட்டிக் காட்டி, வரி வசூல் முழுவதும் செய்தவுடன், அவற்றைப் பெற்றுக் கொண்டு சென்னைக்கு வருவதாகவும் எழுதியிருந்தார்.

அத்தியாயம் - 12
கான்சாகிபைக் கண்டு கும்பெனியார் அஞ்சி நடுங்குதல்

கும்பெனிக் குழுவினர் அக்டோபர் மாதம் 22-ம் தேதி திருவாங்கூர் மன்னனுக்கு ஒரு கடிதம் எழுதினர். கும்பெனிக்கு எதிராகக் கான்சாகிப் புரட்சிப் போர் தொடுக்க முடிவு செய்திருப்பதைக் கண்டு, தாங்கள் பயப்படுகிறோம்.

அதனால் கான்சாகிபுவுக்கு எந்த உதவியும் செய்யக் கூடாதென்றும், அஞ்சங்கோ வழியாகவும், தலைச்சேரி வழியாகவும் கான் காகிபிற்கு உதவி செய்யச் சென்று கொண்டிருக்கும் படைகள், உணவுகள், வெடிமருந்துகள் முதலியவற்றை தடுத்து நிறுத்த வேண்டும் என்றும் அவர்கள் எழுதியிருந்தனர்.

கும்பெனியார் கான்சாகிபை அடக்குவதற்கான திட்டம் தீட்டுதல்

நவம்பர் 14-ம் தேதி கும்பெனியாருக்கு திருவாங்கூர் மன்னன் எழுதிய கடிதத்தில், நவாபிற்கு ஆதரவாக கான் சாகிபிற்கு தான் உதவி செய்ய மறுத்ததால், கான்சாகிப் தங்கள் மீது போர் தொடுத்துள்ளதாகக் குறிப்பிட்டிருந்தான். கும்பெனியார் கான்சாகிபின் திட்டத்தை அறிந்து கொண்டு அவரை அடக்குவதற்கானத் திட்டங்களை வகுக்க ஒன்றுகூடிப் பேசி வந்தனர். மேலும் லாரென்ஸ் என்ற கும்பெனித் தளபதி மூலமாக கான்சாகிபைத் தாக்கி அடக்கி ஒடுக்கத் தீர்மானம் செய்தனர்.

கும்பெனியார் கானைச் சென்னைக்கு வந்து அவர்களைச் சந்திக்கும்படி எழுதினர். கான்சாகிப் அவர்களது சூழ்ச்சியை நன்கு அறிந்து கொண்டு, தான் சென்னைக்கு வந்தால், திருவாங்கூர் மன்னன் மதுரையைத் தாக்குவான். எனவே தான் வருவதற்கு எண்ணியிருந்தாலும் கூட சந்தர்ப்பம் அதற்குச் சரியாகத் துணை செய்யவில்லை என்று கும்பெனியாருக்குப் பதில் கடிதம் எழுதியிருந்தான்

வேலூரிலிருந்து சார்லஸ் காம்பெல் என்ற கும்பெனித் தளபதி சென்னைக்கு எழுதிய கடிதத்தில் திருவாங்கூர்ப் படைகள் திருநெல்வேலியைத் தாக்கி கான்சாகிபின் படைகளின் சில பகுதிகளையும், 5 பீரங்கிகளையும் கவர்ந்து சென்றதாக எழுதியிருந்தான். முதலில் போரைத் துவங்கியது மலையாள மன்னனே தவிர கான்சாகிப் இல்லை என்பது இதனால் தெள்ளத் தெளிவாகத் தெரிகிறது.

கான்சாகிப் கும்பெனிக் கொடியைக் கொளுத்துதல்

திருவாங்கூர் மன்னன் செய்த துரோகத்தைக் கண்டு கான்சாகிப் திகைக்கவில்லை. கான்சாகிப் அவனுக்குத் தக்கதொரு பாடம் கற்பிக்க முடிவு செய்தார். தளபதி மார்ச்செண்டின் தலைமையில் தஞ்சையிலிருந்த பிரெஞ்சுப் படைகள் கான்சாகிபிற்கு உதவ விரைந்தன. திருவாங்கூர் மன்னனின் துணிவிற்கு கும்பெனியார் மற்றும் நவாபின் பக்கபலமும் தூண்டுதலும்தான் காரணங்கள் என்று கருதிய கான்சாகிப் மதுரைக் கோட்டையில் அதுவரைப் பறந்து கொண்டிருந்த கும்பெனிக் கொடியைக் கிழித்துக்

கொளுத்தினார். கான்சாகிபின் படைகள் திருவாங்கூர் மீது படையெடுக்கப் புறப்பட்டுச் சென்று கொண்டிருந்தன.

கான்சாகிப் திருவாங்கூர் மன்னனைப் பணிய வைத்தல்

16.02.1764-ல் கான்சாகிபிடம் திருவாங்கூர் மன்னன் சரண் புகுந்து, அவனது திருவடிகளில் விழுந்து மன்னிப்புக் கேட்டான். அத்துடன் கான்சாகிபுடன் திருவாங்கூர் மன்னன் கீழே குறிப்பிட்டுள்ள ஒப்பந்தத்தைச் செய்து கொண்டான். 'திருவாங்கூர் மன்னனாகிய நான் மதுரை நாட்டின் மன்னனான முகம்மது யூசுப்கான் பகதூர் அவர்களுக்குப் பின்வரும் ஒப்பந்தத்தை வழங்குகிறேன். அதாவது மதுரை நகரின் மீது உங்களுக்கு எதிராக எந்த எதிரியாவது படையெடுத்து வந்தால், அப்போது அவனை எனது விரோதியாகக் கருதி, எனது குதிரைப் படைகள், சிப்பாய்கள், வெடிமருந்து பீரங்கிகள் முதலியவற்றைக் கொடுத்துத் துணை செய்கிறேன். நான் அனுப்பும் படைகளுக்கு ஆகும் செலவுகளை நான் ஏற்றுக் கொள்கிறேன். உங்கள் ஆளுகைப் பிரதேசங்களில் நான் தலையிடவும் மாட்டேன். உங்களுக்கு எதிரான விரோதிகளுக்கு என் நாட்டில் அடைக்கலம் கொடுக்கவும் மாட்டேன். இவற்றிற்கு மாறாக நான் தங்களின் நண்பனாகவும், ஒத்துழைப்புக் கொடுப்பவனுமாகவும் நடந்து கொள்வேன். இவ்வாறாக, நான் இந்த ஒப்பந்தத்தைத் தங்களுக்கு வழங்குகிறேன்'' என்று அந்த ஒப்பந்தத்தில் குறிப்பிடப்பட்டிருந்தது.

கான்சாகிபிற்கு திருவாங்கூர் மன்னன் வழங்கிய பரிசுகள்

திருவாங்கூர் மன்னன் கான்சாகிபிற்கு ஏதாவது ஆபத்து ஏற்பட்டால், கான்சாகிபின் மனைவி மாஷாவிற்கும் மகன் சுல்தானுக்கும் அடைக்கலம் அளிப்பதாக ஒப்புக் கொண்டான். இருவரும் விலையுயர்ந்த பரிசுகளைப் பரிமாறிக் கொண்டனர். கான்சாகிப் 3 வெள்ளைக் குதிரைகளைப் பரிசாக திருவாங்கூர் மன்னனுக்குப் பரிசளித்தார். அதற்குப் பதிலாக திருவாங்கூர் மன்னன் கான்சாகிபிற்கு ஒரு தங்கத்தாலான அங்கியையும், வைரமிழைத்த தங்கப்பதக்கம் ஒன்றையும் பரிசளித்தான் என்றும் டச்சுச் சான்றுகள் குறிப்பிடுகின்றன. வெள்ளைக் கும்பெனியும், நவாபும் திருவாங்கூர் மன்னனுக்குப்

பொன்னும் பொருளும், படைகளும், பீரங்கிகளும் கொடுத்து கான்சாகிபை எதிர்க்கத் தூண்டினர். ஆனால் அவனோ பிற்காலத்தில் கான்சாகிபிற்கு எதிராகக் கும்பெனியார் நடத்திய போர்களில் பங்கு பெறவில்லை என்பது குறிப்பிடத்தக்கது.

மொகலாயப் பேரரசரின் 'பர்வானா'

'வான் தெரிங்கன்' என்ற டச்சுக் கவர்னரின் ராணுவத்தில் பணியாற்றியவர்களில் மூன்றில் இரண்டு பங்கினர் கான்சாகிபுடன் சேர்ந்து கொண்டனர். மாதவ் என்ற பிரெஞ்சு அதிகாரிக்கு தக்காணத்து நிஜாம் அனுப்பிய 'பர்வானா'வில் (கட்டளை) கான்சாகிபை மதுரை, திருநெல்வேலிப் பகுதிகளில் கவர்னராக முகமது அலிக்குப் பதிலாக நியமித்திருப்பதாகவும் அறிவிப்பு செய்து முத்திரையிட்டு அனுப்பி இருந்தான். மொகலாய மேலிடமும் கான்சாகிபை தென்னகத்தின் பிரதிநிதியாக அமர்த்தக் கருதியது என்பது இதனால் தெளிவாகிறது.

கான்சாகிப் வெள்ளையருக்கு எதிரான புரட்சியைப் பொதுமக்களுக்கு அறிவித்தல்

திருவாங்கூரை விட்டு மதுரை நோக்கித் திரும்பிய கானசாகிப் வெள்ளையருக்கு உதவி செய்யும் பாளையங்களையெல்லாம் சூறையாடிக் கொண்டே, மதுரையின் சுற்றுப்புறங்களில் எதுவும் வெள்ளையருக்கு உதவி செய்ய முடியாத அளவிற்குச் செய்துவிட்டு, மதுரை போய்ச் சேர்ந்தார். ஆற்காடு நவாப் ஆத்திரத்துடனும், ஆவேசத்துடனும், கான் சாகிப், மைசூர், தஞ்சாவூர், புதுக்கோட்டை, இராமநாதபுரம், நெல்லை, சிவகங்கை ஆகிய இடங்களிலிருந்தும் டச்சு, டேனிஷ் படைத் தளங்களிலிருந்தும் ஏராளமான போர் வீரர்களைப் போருக்குச் சேர்த்துக் கொண்டிருக்கிறான் என்று ஆங்கிலக் கும்பெனியாருக்குப் புகார் செய்தான்.

உடனே கும்பெனியார் தரங்கம்பாடிக்கும், நாகப்பட்டினத்திற்கும் கடிதங்கள் எழுதி, டேனிஷ்காரர்கள் கானுக்கு எந்த உதவியும் செய்யக் கூடாது என்று வற்புறுத்தினர். டேனிஷ்காரர்கள் அவர்களது துப்பாக்கிகளையும்,

பீரங்கிகளையும் கான்சாகிபிற்கு விற்றுக் கொண்டு, "நாங்கள் கானுக்கு உதவி செய்ய மறுத்து விட்டோம்" என்று கடிதம் எழுதினர். டச்சுக்காரர்கள், யூசுப்கான் தங்களுடைய உதவியைக் கேட்கவில்லை என்று அறிவித்தனர்.

கும்பெனி ராணுவப் பெருந்தலைவர் லாரென்ஸ் கடலூருக்குச் சென்று அங்கிருந்த கும்பெனிப் படைகளைப் பார்வையிட்டான். அங்கிருந்த பிரஸ்டன் என்ற இளம் கும்பெனித் தளபதியிடம் ஏராளமான ஐரோப்பியர் போர் வீரர்களைத் தனது படையில் சேர்த்துக் கொள்ள வேண்டிய ஏற்பாடுகளைச் செய்துவிட்டு சென்னை திரும்பி அங்கும் பலத்த ஏற்பாடுகளைச் செய்ய ஆரம்பித்தார்.

கான்சாகிப் அதற்குள் தனது கோட்டைகள் அனைத்திலும், பறந்து கொண்டிருந்த கும்பெனிக் கொடிகளைக் கொளுத்தி விட்டு, பிரெஞ்சுக் கொடிகளைப் பறக்கவிட்டு தனது வெள்ளையருக்கெதிரான பகிரங்கப் புரட்சியை பொதுமக்களுக்கு அறிவித்தான்.

கான்சாகிப் கும்பெனியாருக்கும் கடிதம் எழுதுதல்

கான்சாகிப் பிப்ரவரி 9ம் தேதி ஒரு கடிதம் எழுதினான். அதில் தான் தன்னிஷ்டப்படி எங்குமே செல்ல முடியாமல் இருப்பதாலும், தனக்குச் சென்னைக்கு வரமுடியாமல் இருப்பதாலும், அந்தத் தவணைக்குரிய குத்தகைப் பணத்தை வசூலித்துக் கொள்ளவும், கணக்குகளைச் சரிபார்த்துக் கொள்ளவும் கும்பெனியார் சார்பில் யாராவது ஒரு பிரதிநிதியைத் தன்னிடத்திற்கு அனுப்ப வேண்டுமெனக் கேட்டிருந்தார்.

இந்தக் கடிதத்தைக் கண்ட கும்பெனிக் குழுவினர் கான் சாகிப் காலத்தைக் கடத்தவே இவ்விதமாகக் கடிதம் எழுதியிருக்கிறான் என்றும் யாரையும் அவனிடத்திற்கு அனுப்புவதில்லை என்றும் முடிவு செய்தனர். கான்சாகிபை சென்னைக்கு வர வேண்டுமன்று வற்புறுத்த வேண்டும் என்றும் அப்படி அவன் வராவிட்டால் அவனை அடக்குவதற்குரிய அனைத்து ஏற்பாடுளையும் செய்யவும் திட்டமிட்டனர் கும்பெனியார்.

கும்பெனித் தளபதி கான்சாகிபை வேவு பார்த்தல்

கும்பெனித் தளபதி பிரெஸ்டன் கானைப் பற்றிய ரகசியத் தகவல்களை அவ்வப்போது சேகரித்து கும்பெனிக்கு அனுப்பிக் கொண்டிருந்தான். கான்சாகிபிடம் மதுரையில் 10,0000 சிப்பாய்களும், 15,0000 களத்தார்களும், வெள்ளைக் கும்பெனி படைகளை விட அதிகமாக 1700 கருங்குதிரைகளும் அவைகளின் வீரர்களும் 200 ஐரோப்பிய படைவீரர்களும் 6700 துப்பாக்கி வீரர்களும் இருப்பதாகக் கும்பெனிக்குத் தகவல் தெரிவித்தான்.

கான் மதுரையைச் சுற்றியுளள ஏரிகள், கிணறுகள், குளங்கள் முதலியவற்றைச் சேதப்படுத்தியிருந்தார். தரங்கம்பாடியும், தஞ்சையும் கானின் படைகளுக்கு வேண்டிய உணவுப் பொருட்களை கொண்டு வந்து குவிக்கத் தயாராக இருந்தன. "கானை அடக்குவதோடு நின்று விடாமல் அவனை நசுக்க வேண்டுமென்றும், அவனது கோட்டையை இரண்டு தடவைகள் முற்றுகையிடத்தக்க ஏராளமான படைவீரர்களுடன் போர் தொடுக்க வேண்டும்" என்றும் தளபதி பிரெஸ்டன் கருதினான். கரூர், திண்டுக்கல் பகுதிகளிலிருந்து ஏராளமான உணவுப் பொருட்கள் அவ்வப்போது கானின் மதுரைக் கோட்டைக்குள் குவிந்து கொண்டிருந்தன.

அத்தியாயம் - 13
மாஷா கான்சாகிபிற்கு ஆலோசனை வழங்குதல்

கான்சாகிப் திருநெல்வேலியிலிருந்து திரும்பி வந்ததும், மனைவி மாஷா சிவகங்கைச் சீமை செலுத்த வேண்டிய வரிப்பாக்கி தொடர்பாக அவரது கணவரிடம் பேசினார். சிவகங்கை மன்னர் முத்துவடுக நாதத் தேவர் மீது பகைமை பாராட்டி சிவகங்கை மீது படையெடுக்க வேண்டாம் என்று மாஷா அவரது கணவரைக் கேட்டுக் கொண்டார். மேலும் சிவகங்கைப் பிரதானி தாண்டவராயப் பிள்ளை சிறந்த ராஜதந்திரி என்றும் அவரைப் பகைத்துக் கொள்ள வேண்டாம் என்றும் மாஷா கான்சாகிபை எச்சரிக்கை

செய்ததாக 'கான்சாயபு சண்டை' பின்வருமாறு குறிப்பிடுகின்றது.

"மறவனென்றால் பெரிய வீட்டுக்காரன் மறவன்
மந்திரி வெள்ளாளன் வெகு தந்திரக்காரன்
வெள்ளியாய் முளைத்தாலும் முளைப்பான் அவனும்
வேந்தனாய் முளைத்தாலும் முளைப்பான்
வெள்ளியெதிராகப் போனாலும் அந்த
வெள்ளாளனோடு மட்டும் எதிர்க்காதே வேண்டாம்
காராளனுக்கருமைதெரியாது நமது
கருவையறுத்திடுவான் தாண்டவராயன்"

என்று மாஷா தாண்டவராயப்பிள்ளையின் திறமை பற்றிக் கான்சாகிபிடம் கூறியதாகச் சொல்லப்படுகிறது.

மாஷாவும் கானுக்கு எவ்வளவோ எடுத்துக் கூறினார். ஆனால் கான்சாகிப் மாஷாவை சாதாரண அடுப்பூதும் பெண்ணாகவே கருதினார்.

சிவகங்கைப் பிரதானி தாண்டவராயப்பிள்ளையும், இராமநாதபுரம் பிரதானி தாமோதரம் பிள்ளையும் திருச்சி பொன்மலையிலிருந்த நவாப்பையும், சென்னையிலிருந்த தளபதி லாரென்ஸையும் சந்தித்து, கான்சாகிபை எதிர்த்து அடக்குவதாக இருந்தால், தங்கள் நாடுகளின் வழியாகக் கும்பெனிப் படைகள் செல்லவும், அவர்களுக்கு வேண்டிய உணவுப் பொருட்களை அனுப்புவதற்கும் ஒப்புக் கொண்டு வழி தெரியாத அவர்களுக்கு வழியுங் காட்டினார்.

கான்சாகிபிற்கு பொதுமக்கள் ஆதரவு அளித்தனர்

கான்சாகிப் மே மாதம் இறுதியில் திருநெல்வேலிக்குச் சென்று 6 லட்சம் ரூபாய்களை வசூல் செய்து கொண்டு, அந்தப் பகுதிகளில் தனக்கு எதிராக இருந்த பாளையக்காரர்களை அடக்கி விட்டு, மதுரைக்குத் திரும்பினார்.

மதுரையில் நடக்கவிருந்த சண்டைக்கு ஆதரவாகக் கும்பெனிக்கு எதிராக தென்பாண்டிச் சீமை மக்கள் கானுக்கு ஆதரவு அளித்தனர்.

கும்பெனியார் கான்சாகிபை பயங்கர எதிரியாகக் கருதி நடவடிக்கையில் இறங்குதல்

கும்பெனிக் குழுவினர் கானைப் பயங்கர எதிரியாகக் கருதினர். ஆற்காடு நவாபின் பிரதேசத்தில் புரட்சிக்காரனாக எழுந்த கான்சாகிபைக் கைது செய்தால், அவனை எப்படித் தண்டிப்பது என்பதற்கான முடிவான ஏற்பாட்டையும் ஆகஸ்டு மாதம் 1-ம் தேதி கும்பெனியார் அறிவித்தனர்.

கான்சாகிப் கைது செய்யப்பட்டதும், அவனை அரசாங்கக் கைதியாக நடத்த வேண்டுமென்று விரும்பினாலும் கூட அவனை நாங்கள் நவாபிடம் ஒப்படைப்பது என்பது மிகவும் ஆபத்தான காரியம் என்பதை ஒப்புக் கொள்கிறோம்.

ஆனால் நீங்கள் போர் நடத்தும் தளபதி. அவனது ராணுவத்தினர் காணும் முதல் மரத்திலேயே அவனைத் தூக்கிலிட வேண்டுமென்று கட்டளையிடுவீர்களானால் அதுவே எங்களுக்கு மிகவும் திருப்தி அளிக்கும் என்று வெள்ளையர் எழுதினர். இத்தகைய கொடிய கட்டளைக்குக் காரணமானவர்கள் லாரென்ஸ், பிகெட் என்ற இரண்டு கும்பெனிக் குழுவின் உறுப்பினர்களே ஆவர். கும்பெனிக் குழுவினரின் கடிதத்திற்குத் தளபதி லாரென்ஸ் சுருக்கமாக எழுதிய பதில் கடிதத்தில், "தான் கர்னல் மான்சன் என்ற ராணுவத் தளபதியை நவாபிடம் கலந்தாலோசிக்கும்படியும் கட்டளையிட்டுள்ளேன்" என்று குறிப்பிட்டிருந்தான்.

கானைக் கண்டு பயந்து நடுங்கிய ஆற்காடு நவாப் கான்சாகிபை எப்படியாவது கைது செய்து, அவனைத் தூக்கில் ஏற்றிக் கொல்வதையே மிகவும் விரும்பினான்.

கான்சாகிபின் மதுரைக் கோட்டை மீது முதல் முற்றுகை

1763 ஆகஸ்டு மாதம் நவாபின் படைகளும் கும்பெனிப் படைகளும் இராமநாதபுரம், சிவகங்கை மன்னர்களின் படைகளும் சேர்ந்த கூட்டுப்படைகள் மேஜர் பிரிஸ்டன் தலைமையில் மதுரை நோக்கி முன்னேறின. அப்படைகள் மதுரை போய்ச் சேருவதற்குள் கான்சாகிப் சிவகங்கை மீது போரைத் துவக்கித் திருப்பூவனத்தைத் தாக்கினார். அக்கூட்டுப் படைகளை எதிர்த்துத் தாக்கி முறியடித்து

கான்சாகிப் வெற்றி பெற்றார். தோல்வியுற்ற கூட்டுப் படைகள் செப்டம்பர் மாதத்தில் மதுரை நகர் வந்து கான்சாகிபின் மதுரைக் கோட்டையை முற்றுகையிட்டன. கூட்டுப் படைகளின் மதுரை முற்றுகை 75 நாட்களைத் தாண்டிய பின்னரும், மதுரைக் கோட்டையை அவர்களால் கைப்பற்ற முடியவில்லை.

கான்சாகிப் வெள்ளையரை வெட்டி வீழ்த்துதல்

தன்மானத்தைக் காக்கும் பொருட்டு கான்சாகிப் எதிர்த்து வந்து கொண்டிருந்த கும்பெனிப் படையைத் தடுத்து நிறுத்த வேண்டியதாயிற்று. எனவே 14-ம் தேதி கான்சாகிப் கும்பெனி படையை எதிர்த்து, 150 ஐரோப்பிய அதிகாரிகளைக் கொன்று பலரைக் காயப்பட வைத்து வெற்றியுடன் மதுரைக்குச் சென்று தனது வெற்றிச் செய்தியை மைசூரிலிருந்த ஹைதர் அலிக்குத் தெரிவித்தான். ஹைதர் அலி கான்சாகிப் வழங்குவதாக வாக்களித்திருந்த பகுதிகளைக் கேட்டும், பாராட்டியும் ஒரு கடிதம் எழுதினான். கான்சாகிப் பெரியகுளம் பகுதியை ஹைதர் அலிக்கு வழங்கினான்.

பிரெஞ்சு மாதவ் சூழ்ச்சி செய்தல்

மாதவுக்கு பிரெஞ்சு மேலிடத்திலிருந்து அனுப்பப்பட்ட கடிதங்களில் கானுக்கு உதவி செய்வதால், அவன் வெள்ளையரை எதிர்த்து வெற்றி பெற்றாலுங் கூட, பிற்காலத்தில் அவன் பிரெஞ்சுக்காரர்களுக்கும் ஒரு பயங்கர எதிரியாக மாறக் கூடும் என்று எச்சரித்தனர்.

இதனிடையில் மாதவ் கும்பெனிக்கு எழுதிய கடிதத்தில் மதுரை பிரெஞ்சுப் பிரதேசம் என்றும், மதுரையில் இருக்கும் படைகள் எல்லாம் பிரெஞ்சுத் தளகர்த்தர்களால் நிர்வகிக்கப்படுகின்றன.

நாகப்பட்டினத்தில் ஏற்பட்ட ஒரு ஒப்பந்தத்தில் யூசுப்கான் மதுரையை பிரெஞ்சுக்காரர்களுக்குக் கொடுத்து விட்டான் என்று எழுதி கும்பெனியாரைக் குழப்பி விட்டான். கும்பெனிப் படைகள் சிவகங்கை இராமநாதபுரம் அமைச்சர்கள் வழிகாட்டுதலில், மதுரை நோக்கி வருகின்ற செய்தியை அறிந்த கான்சாகிப் தனது ஏராளமான

படைகளுடன் சென்று சுற்றுப்புறங்களைச் சூறையிட்டு, கும்பெனிப் படைவீரர்களைக் கொன்று குவித்துவிட்டு, மதுரை திரும்பினார்.

கூட்டுப்படைகள் மதுரை நோக்கி வருதல்

ஏராளமான துன்பங்களுக்கிடையில் தளபதி பிரெஸ்டனின் படைகள் திருவாதவூர்க் கோட்டையைக் கைப்பற்றின. அதே சமயத்தில் மானஸன் தனது படைகளுடன் சென்னையிலிருந்து திருவாதவூர்க்கோட்டைக்கு வந்து சேர்ந்தான். 23-ம் தேதி பிரெஸ்டன் திருப்பூரையும், நத்தம் கணவாயிலிருந்த வெலச்சி நத்தம் உமாசத்திரம் என்ற கோட்டைகளையும் கைப்பற்றினான். இதற்கிடையில் பிரெஸ்டனின் படைகள், மான்ஸனின் ஐரோப்பியப் படைகள், நவாபின் படைகள், மான்ஸனின் ஐரேப்பியப் படைகள், நவாபின் படைகள், சிவகங்கைப் படைகள் முதலியன மதுரையை நெருங்கி விட்டன. அங்கிருந்து அவர்கள் பார்த்தபொழுது, மதுரைக் கோட்டைச் சுவர்களில் போர் வீரர்கள் மலையைப் போல் மறைந்து கொண்டிருந்தனர். கோட்டையில் கான் சாகிபின் கொடிகளும், பிரெஞ்சுக் கொடிகளும் பறந்து கொண்டிருந்தன.

கும்பெனிப் படை முகாமுக்குச் சென்னையிலிருந்து ஏராளமான ஐரோப்பியப் படைகள் வந்திறங்கத் தொடங்கின. மதுரைக்குத் தென்கிழக்கிலுள்ள தெப்பக் குளக்கரையில் 1000 ஐரோப்பியர்களும், 2 பட்டாளம் 'பிராகன்ஸ்' என்ற ஜெர்மானியச் சிறப்புப் படைகளும், 200 கருங்குதிரைப் படை வீரர்களும் ஆயிரக்கணக்கான களத்தார்களும் இருந்தனர்.

கான்சாகிப் கும்பெனிப் படைகளைத் தாக்குதல்

கும்பெனிப் படைகளின் வருகையை அறிந்த கான் சாகிப் கோட்டையிலிருந்து பீரங்கிகள் அனைத்தையும் கும்பெனிப் படை மீது சுடச் செய்தார். அத்தகைய தாக்குதலில் கும்பெனித் தளபதிகளில் ஒருவனான லெப்டினன்ட் சாமுவேல் ஸ்டீவன்ஸன் என்பவன் கொல்லப்பட்டான். கான் சாகிபின் படை வீரன் ஒருவன் கோட்டையை விட்டுக் கிளம்பி பகைவர் படையை வேவு பார்க்கச் சென்றபோது, காலை வேளையில் காம்பெல் என்னும் ஆங்கிலத் தளபதியைக் காயப்படுத்தி, அவரைக் கைது செய்து கைவிலங்கிட்டு

கான்சாகிபின் முன் கொண்டுவந்து நிறுத்தினான். கான் சாகிப் மருந்துக் கட்டுக்களுடன் காயம்பட்டிருந்த காம்பெலைக் கண்டவுடன் அவனை வாரியெடுத்து மடி மீது வைத்துக் கண்ணீர் விட்டான். அத்தகைய சோகமாக நிகழ்ச்சி காம்பெலுக்கு ஏற்படாமல் மற்றவர்களுக்கு ஏற்பட்டிருக்குமானால், நன்றாக இருந்திருக்கும் என்று கான்சாகிப் வருந்தினான். அந்த ஆங்கிலத் தளபதிக்கு மருத்துவர் மூலம் சிகிச்சை செய்து, மரியாதையாக உபசரித்து அவரைத் திருப்பி அனுப்பி வைத்தார்.

கும்பெனி தளபதி இரகசியச் சுரங்கம் அமைத்தல்

கும்பெனித் தளபதி மான்ஸன் தனக்கு வெற்றி கிடைப்பது கடினமெனக் கருதிக் குறுக்கு வழியில் கோட்டையை முற்றுகையிட முயற்சி செய்தான். அவன்கால் என்ற கும்பெனி இன்ஜினியரைக் கொண்டு 28 ஜெக அகலத்தில் சுரங்கம் ஒன்றை வெட்டி ஏராளமான பீரங்கிகளின் பாதுகாப்பில் 1500 கெஜ நீளம் கடந்து செல்ல வேண்டுமென்று முடிவு செய்து, அதைச் செயல்படுத்தினான். எவ்வளவு முறை முயன்றபோதிலும், மான்ஸனால் ரகசியச் சுரங்கப் பாதைக் கோட்டையை நோக்கிச் செல்ல முடியவில்லை.

முதல் முற்றுகை தோல்வியில் முடிதல்

இந்நிலையில் மதுரையில் மழைக்காலம் தொடங்கி விட்டது. கான்சாகிபின் தளபதி மார்செண்ட் கும்பெனிப் படைகளைச் சிதறடித்தான். இரண்டு நாட்கள் இரவு பகலாகப் போராடிய மார்செண்ட் கும்பெனியைத் திகைக்க வைத்தான். மான்ஸென் நோய்வாய்ப்பட்டான். மழைக் காலத்திற்குப் பின்பு திரும்பவும் முற்றுகையை மேற்கொள்ளலாம் என்று அறிவுரை வழங்கி விட்டு மான்ஸென் சென்னை சென்று விட்டான். அவனுக்குப் பதிலாக மேஜர் பிரஸ்டனைக் கும்பெனிப் படைகளுக்குத் தலைமை தாங்கி முற்றுகையை நடத்தும்படி கும்பெனிக் குழுவினர் ஆணையிட்டனர்.

அத்தியாயம் - 14

இரண்டாவது முற்றுகைப் போர்

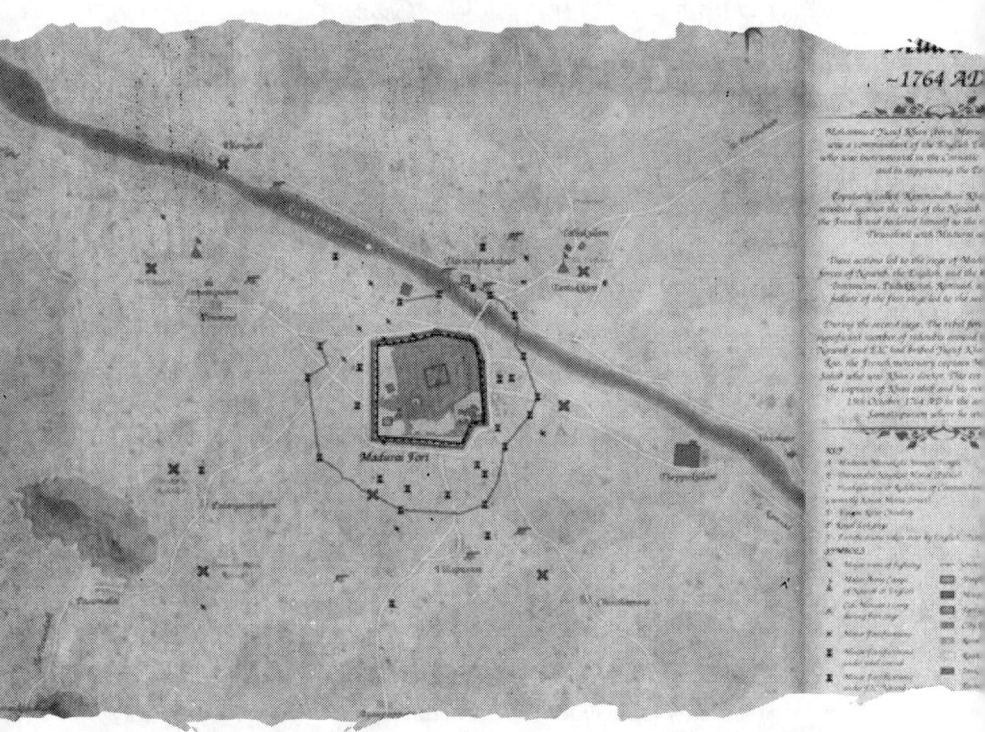

கும்பெனித் தலைவன் லாரென்ஸ் தளபதி மான்ஸெனைக் கடிந்து கொண்டான். சென்னைக்கு வராமல் மதுரையிலேயே இருந்து போராட வேண்டும்.

கும்பெனிக்கோ அல்லது இங்கிலாந்துக்கோ ஏற்பட்ட அவமானத்தை தவிர்ப்பதற்குப் போரிட்டு மடிவதே நல்லது என்று லாரென்ஸ் மான்ஸனைக் கடிந்து கொண்டதால், முற்றுகை வேலைகளில் மான்ஸென் பிரெஸ்டனுடன் கலந்து கொண்டான்.

கான் சாகிப் போருக்கு ஆயத்தமாதல்

ஆங்கிலப் படைகள் புறமுதுகிட்டு ஓடியதில் மகிழ்ச்சியுற்ற கான்காசிப் தளபதி மார்செண்டுக்கு 60,000 ரூபாய்களை அவன் வீட்டிற்குச் சென்று அவனது வீரத்தைப் பாராட்டி வீரப் பரிசுத் தொகையாகக் கொடுத்தார்.

கான்சாகிப் மதுரை நகரையும் கோட்டையையும் சிறந்த முறையில் பலப்படுத்தினார். வெடி மருந்துத் தாக்குதல்களால் பாதிக்கப்பட்டிருந்த கோட்டைச் சுவர்களின் இடிபாடுகள் புத்ப்பிக்கப்பட்டன. ஆங்கிலேயர் கட்டிய சுரங்கங்கள் அழிக்கப்பட்டன. மதுரைக் கோட்டையைச் சுற்றியிருந்த பல்வேறு சிற்றாறுகள் எதிரிகளுக்குச் சாதகமாக இருந்ததால், கான் அவற்றைத் தூர்த்து அழித்தார்.

சுரங்கத்தைச் சுற்றிலுமிருந்த பல்வேறு பகுதிகளில் 600 கெஜ இடைவெளியில் பாளைய முகாம்கள் அமைத்தார். வெடிமருந்துகள் தயாரிக்கப்பட்டன. பெரிய பெரிய பீரங்கிகள் புதிதாக வார்க்கப்பட்டன. சுற்றுப்புறத்திலிருந்த களத்தார்களுக்கு அவர் தங்கத் தோட்டாக்களைப் பரிசாக அளித்து கௌரவித்து அவர்களுடைய வீரத்தைப் பாராட்டினார். இனிவரும் போர்களில் அவர்களது தனித் திறமை முழுவதையும் பயன்படுத்தினால், வெள்ளையைத் தூசியை ஊதுவதுபோல் ஊதி விடலாம் என்று கான் கூறினார்.

ஆங்கிலக் கும்பெனி ஏராளமான படைகளுடன் மதுரை மீது போர் தொடுக்க வந்தாலும், அவர்கள் எதிர்பார்ப்பதை விட, மிகப் பலம் பொருந்திய வலுப்படுத்திய படையுடன் போரிட கும்பெனியாரை எதிர்நோக்கிக் காத்திருந்தார் கான்சாகிப்.

பிரெஸ்டன் மதுரை நோக்கி படைகளை அழைத்து செல்லுதல்

பிரெஸ்டன் டிசம்பர் மாதம் 29-ம் தேதி திருப்பூர் கோட்டையிலிருந்த படைகளை அங்கேயே விட்டு விட்டு மதுரை நோக்கிப் புறப்பட்டான். மதுரைக்கு ஒரு மைல் தொலைவில் ஆண்ட கொட்டாரம் என்ற இடத்திற்கு வந்து சேர்ந்தான். கானின் படைகள் அவனை எதிர்த்த போதும், அவனது முன்னேற்றத்தைத் தடுக்க முடியவில்லை. 5.01.1764

ஆம் ஆண்டு பிரெஸ்டன் மதுரைத் தெப்பக்குளப் பகுதியில் திரும்பவும் படைகளை இறக்கினான். நகரம் முழுவதும் பலமான பாதுகாப்பில் இருந்ததால், வலுவில் சென்று பலியாவதை பிரெஸ்டன் விரும்பாமல் புதிய வழிகளைக் கண்டுபிடித்துக் கையாளத் திட்டமிட்டான்.

தென்னிந்தியாவிலிருந்த 200 ஐரோப்பிய வீரர்களில் பலர் பல பகுதிகளிலிருந்து வந்து, கான்சாகிபின் படையில் சேர்ந்து கொண்டனர்.

கும்பெனியோடு போர் செய்வதை விட்டு, கானுக்கு ஐரோப்பியர்கள் உதவியது அவரது வீரத்திற்கு அவர்கள் அளித்த மதிப்பும் நம்பிக்கையுமாகும். ஆகவே பிரெஸ்டன் மதுரையின் சுற்றுப்புறக் கோட்டைகளைக் கைப்பற்றிக் கொண்டு, கானுக்கு எந்த உதவியும் வெளியே இருந்து வராதவாறு தடுத்து விட்டால், கானின் படைகள் பட்டினி கிடந்து செத்து விடும் என்று முடிவு செய்தான்.

கான்சாகிபிற்கு வக்கீல் ஒற்றன் மூலம் கிடைத்த தகவல்

கானின் வக்கீலாக நடித்த ஒரு ஒற்றன் கான் சாகிபிற்கு டிசம்பர் மாதம் ஒரு கடிதம் எழுதினான். அதில் பிட் என்ற ஆங்கிலேயன் லண்டனிலிருந்து 250 ஐரோப்பிய வீரர்களுடன் வந்துள்ளதாகவும், அந்த வீரர்கள் கேப்டன் வில்லியம் பிட்ஜெரால்டு என்ற தளபதியின் தலைமையில் தொண்டித் துறைமுகத்திற்குச் செல்வதாகவும், அங்கு எல்லாவிதமான போர்க் கருவிகளும் ஏராளமாகக் குவித்து வைக்கப்பட்டி ருப்பதாகவும் அவன் கானுக்கு இரகசியமாக அறிவித்தான்.

மதுரை முற்றுகைக்காகப் புதிதாக 8, 24 பவுண்டுப் பீரங்கிகளும், 12, 18 பவுண்டு பீரங்கிகளும் 14, 9 பவுண்டு பீரங்கிகளும், 4, 12 பவுண்டு பீரங்கிகளும், 40,000 பீரங்கிக் குண்டுகளும் 5000 சிறிய குண்டுகளும், 5,500 பீப்பாய்கள் நிறைய வெடிமருந்துகளும் தயாராக உள்ளன.

இவ்வளவும் மதுரையின் மிகப் பழைய கோட்டையைத் தாக்கித் தரைமட்டமாக்க வந்திருப்பதாகவும், அவற்றை அவ்வப்போது மதுரைக்கு அனுப்ப கும்பெனியாருக்கு காளை மாடுகள் கிடைக்கவில்லை என்றும் அந்த ஒற்றன் கானுக்கு இரகசிய உளவுச் செய்தியை அனுப்பினான்.

மதுரையில் சார்லஸ் காம்பெல்

வேலூரிலிருந்த சார்லஸ் காம்பெல் என்ற தளபதி பிரெஸ்டனைக் காட்டிலும் வயதிலும் போர் அனுபவத்திலும் சிறந்து காணப்பட்டான். எனவே வேலூரிலிருந்த அவனை மதுரைப் படையெடுப்புக்குத் தலைமைத் தளபதியாகவும், பிரெஸ்டனை அவனுக்குக் கீழ் துணைத் தளபதியாகவும் கும்பெனியார் நியமித்தனர்.

மதுரை வந்த சார்லஸ் காம்பெல் பிப்ரவரி மாதம் 12-ம் தேதி மதுரைக்கு அருகில் சிக்கந்தர் மலையில் (திருப்பரங்குன்றம் மலை) படைத் தளத்தை மாற்றி அமைத்துக் கொண்டான். இதனால் மதுரைக்கும் திண்டுக்கல்லுக்கும், திருநெல்வேலிக்கும் இடையேயிருந்த போக்குவரத்துக்கள் அனைத்தும் தடை செய்யப்பட்டன.

ஜெர்மானியத் தளபதி ரிக்கட் கானுக்குத் துரோகம் செய்தல்

கானின் படைத் தளபதிகளின் ஒருவனான ரிக்கட் என்ற ஜெர்மானியத் தளபதி, தனக்கு ஓரளவு பாதுகாப்பளித்தால், தனது தலைமையில் யூசுப் கானின் படைகளுடன் கும்பெனியாரிடம் வந்து சேர்ந்து கொள்வதாக இரகசியக் கடிதம் ஒன்றை கும்பெனித் தளபதிக்கு அனுப்பி வைத்தான்.

கானை ஏமாற்றிவிட்டு கும்பெனியுடன் சேர்ந்து கொள்வதற்குத் திட்டமிட்ட ரிக்கட் என்ற ஜெர்மானியத் தளபதியின் வருகைக்காக கும்பெனிப்படைகளில் ஒரு பகுதியை நிறுத்தி விட்டு, கும்பெனிப் படைத் தளத்திலிருந்து கானின் படைத் தளத்திற்கு ஓடி விட்டவனைப் போல் ஒருவனை அனுப்பி, ரிக்கட்டின் புறப்படு தினத்தை 26 ஆம்தேதி காலை என்று கும்பெனியார் நிர்ணயம் செய்தனர்.

கும்பெனியாரிடம் செய்து கொண்ட ரகசிய வெளிநடப்புத் திட்டப்படி, ரிக்கட் என்ற ஜெர்மானியன் கும்பெனியாரிடம் சேர்ந்து கொண்டு, கான் சாகிபின் குதிரைப் படைகளின் ஒரு பகுதியைக் கும்பெனியாரிடம் ஒப்படைத்தான். இதையறிந்த கான் ரிக்கட் செய்த காரியத்தால், தனக்கு 40,000 ரூபாய் பெறுமானமுள்ள குதிரைகள்தான் நஷ்டம் என்றும் அதைக் கொண்டு தன் வீரத்தை விலை கொடுத்து வாங்க முடியாது என்றும் அறிவித்தார்.

காம்பெலுக்கு தளபதி மார்செண்ட் கடிதம் எழுதுதல்

கான் சாகிபின் தளபதி மார்செண்ட் கும்பெனித் தளபதிக்கு ஒரு கடிதம் எழுதினான். அதில் தாங்கள் இரண்டாவது முறையாக மதுரைத் தலைநகரின் மீது நீதியற்ற முறையில் படையெடுத்து வந்திருப்பதால், நான் எஜமானனாகிய மன்னர் பிரானின் கௌரவத்தைக் காட்டிப் பறந்து கொண்டிருக்கும் எங்கள் பிரெஞ்சுக் கொடிக்காகவும், எங்கள் கவர்னர் ஜெனரல் வருகின்ற வரையில் எனது கட்டளைகளும், குறிக்கோளும் கோட்டையைக் காப்பதிலேயே நிச்சயமாக இருக்கும் என்றும் உங்களை எதிர்ப்பதே எனது குறிக்கோள் என்பதையும் தெரிவித்துக் கொள்கிறேன் என்று எழுதியிருந்தான்.

கான்சாகிப் களத்தார்களை ஆதரித்தல்

கான்சாகிப் பிரெஞ்சுக்காரர்களை நம்புவதை விட்டு விட்டு தன் நாட்டு மக்களாகிய களத்தார்களை நம்ப ஆரம்பித்தார். அதன் விளைவாக நத்தங் கணவாயிலிருந்த களத்தார்களுக்குச் செய்திகள் அனுப்பி திருவாரூர், நத்தம், திருப்பூர்க் கோட்டைகளைக் கைப்பற்றுமாறு உத்தரவிட்டார். அந்த உத்தரவு வெகு விரைவில் வெற்றிகரமாக நிறைவேற்றப்பட்டது. எனவே கும்பெனியார் நத்தம் களத்தார்களுக்கு ஏராளமாக வெகுமதிகளை வழங்கி, அவர்களைக் கானுக்கு எதிராகப் போர் புரிய வைக்கத் திட்டமிட்டனர். யூசுப்கானுக்கு வந்து கொண்டிருந்த கடிதங்களைக் கைப்பற்றுவதில் கும்பெனியார் அதிக கவனத்தைச் செலுத்தினர்.

மார்ச்சண்ட் பான்ஜோரைச் சந்தித்தல்

25-ம் தேதி த்ளபதி மார்சண்டு ஆங்கிலத் தளபதி பான்ஜோரைச் சந்தித்தான். தளபதி பான்ஜோர் மார்செண்டை ஆங்கிலேயருக்கு எதிராகப் போர் புரியக் கூடாது என்று அறிவுறுத்தினான். அதற்கு மார்செண்ட் தான் பிரெஞ்சு மேலதிகாரிகளின் உத்திரவிற்குப் பணிந்து கீழ்ப்பட்டு கான்சாகிபிற்கு உதவி செய்வதாகவும் மேலதிகாரிகளுக்குக் கீழ்ப்படிந்து நடப்பது தனது கடமை என்றும் கூறினான். தான் வெள்ளையருக்கு எதிராகச்

சண்டையிடுவது தவறானாலும், சரியானாலும் தான் அதிகாரிகளுக்கு கீழ்ப்படிந்து கடமையாற்றுவதுதான் சரியென்றும், பான்ஜோருக்குப் பயப்படுவது முறையற்றது என்றும் தெரிவித்தான். பின்னர் அங்கிருந்த வெளியேறி கானிடத்தில் சென்று நடந்தவற்றையெல்லாம் கூறித் தனக்கு ஆங்கிலேயர்கள் அளிக்கவிருந்த சலுகைகளைப் பற்றியும் அவரிடம் கூறினான்.

கான்சாகிபிற்கு ஹைதர் அலி செய்த துரோகம்

ஜெர்மானிய வீரர் ரிக்கட் கான்சாகிபை விட்டு வெளியேறிய பின்னர், ஹைதர் அலி கான் சாகிபிற்கு எந்த உதவியும் வழங்கவில்லை. ஹைதர் அலி கும்பெனியின் நட்பிற்காக ஏராளமான பரிசுகளை மார்ச் 12-ம் தேதி சென்னையிலுள்ள கும்பெனியாருக்கு அனுப்பி வைத்தான். போர் தொடர்ந்து நடந்து கொண்டிருந்தது. கும்பெனியின் படைகள் உண்ண உணவின்றியும், குடிப்பதற்குச் சாராயம் இல்லாமலும் போரிட்டுக் கொண்டிருந்தன.

கோட்டைக்குள் கும்பனி உளவாளிகள்

கும்பெனியார் வசம் கைதியாக இருந்த ஒற்றனையும் கும்பெனிக் கைதிகளையும் வெளியே அனுப்ப வேண்டுமென்று தளபதி காம்பெல் கானுக்குச் செய்தி அனுப்பினார். அதற்கு கான் கைதிகளை முதலில் அனுப்புங்கள் என்று செய்தி அனுப்பினார். அந்தக் கடிதத்துடன் இருந்த துண்டுக் காகிதத்தில், ரெளலிங் என்பவன் காம்பெலுக்கு எழுதிய ரகசியக் குறிப்பில், கோட்டைக்குள் 6 மாதத்திற்குத் தேவையான உணவும் வெடிமருந்துகளும் இருப்பதாகவும், குறிப்பிட்டிருந்தான்.

நாளுக்கு நாள் கோட்டையிலிருந்த படைகளில் பலர் துரோகிகளாக மாறுவதைக் கண்ட கான்சாகிப் துரோகம் செய்ய முயன்றவர்களைக் கொன்றும், சிறையிலடைத்தும், அவர்களது காதுகளை வெட்டியும் தண்டனை வழங்கினார். கும்பெனியார் கோட்டைக்குள் சென்று கொண்டிருந்த புகையிலை, வெற்றிலை பாக்குகளை வழங்கும் வியாபாரிகளைக் கைது செய்து சிறையிலடைத்தனர். கான்சாகிபின் படை வீரர்கள் உணவு உண்ணாவிட்டாலும்

கூட, வெற்றிலை பாக்கு புகையிலையை மென்று துப்பிக் கொண்டே ஐரோப்பியர் நடுங்கும்படி போர் புரிவார்கள் என்று கும்பெனியார் அஞ்சினர்.

போர்க் கைதிகள் பரிமாறிக் கொள்ளுதல்

பாவ்லின் என்ற வெள்ளைத் தளபதி வைகை நதிக் கரையோரமிருந்த கோட்டையைக் கைப்பற்ற முயன்றபோது, கானின் படைகளால் கைது செய்யப்பட்டுச் சிறையில் அடைக்கப்பட்டான். அதுபோல் கும்பெனியாரிடம் போர்க் கைதிகளாக ஹர்க்கார் இராமலிங்கமும், மொஹிதினும் இருந்தனர். கான்சாகிப் அந்த இருவரையும் கோட்டைக்கு அனுப்பினால் கும்பெனித் தளபதி பாவ்லினைத் திருப்பி அனுப்புவதாகக் கான் மார்ச்செண்ட் மூலம் காம்பெலுக்கு ஒரு கடிதம் எழுதினார். காம்பெல் 'வெள்ளையருக்கு இணையாக கறுப்பு மனிதரை மாற்றிக் கொள்வது என்பது என்றும் கேளாத ஒரு விசயமாகும். கைதிகள் பரிமாற்றத்திற்கு ஒரு பொழுதும் ஒத்துக் கொள்ள முடியாது' என்று அவன் கடிதம் வாயிலாகப் பதில் அனுப்பினான்.

அத்தியாயம் – 15
ஆற்காடு நவாப் கான்சாகிபைக் கைது செய்வது தொடர்பாக ஆலோசனை கேட்டல்

இந்நிலையில் ஆற்காடு நவாப் தாண்டவராயப் பிள்ளை, தாமோதரம் பிள்ளையிடம் கான்சாகிபைக் கைது செய்வது தொடர்பாக ஆலோசனை கேட்டான். தாண்டவராயப் பிள்ளையும், பாளையக்காரர்களும் இணைந்து சண்டை செய்தால், எட்டு நாட்களுக்குள் கான்சாகிபைப் பிடித்து விட முடியுமென்று நவாப் நம்பிக்கையுடன் சொன்னான்.

தாண்டவராயப்பிள்ளை திவான் சீனிவாசராவ் சந்திப்பு

தாண்டவராயப்பிள்ளை கான்சாகிபின் திவான் சீனிவாசராவ் என்பவரைச் சந்திக்கத் திட்டமிட்டார். ஒரு

நாள் திவான் சீனிவாசராவ் மதுரை வைகையாற்றுக்குக் குளிப்பதற்கு வந்தான். அவனைத் தாண்டவராயப்பிள்ளை ஓர் ஆள் அனுப்பி அழைத்துவரச் செய்தார். கான்சாகிபின் திவான் சீனிவாசராவ் கான்சாகிபைப் பிடித்துக் கொடுத்தால், அவனுக்கு மதுரைக்கருகிலுள்ள பெருங்குடி கிராமம், திருநெல்வேலிப்பேட்டை, திருப்பூவனந் தாலுக்கா, பள்ளிமடைக் கோட்டை முதலிய பகுதிகளை நன்கொடையாகத் தருவதாக வாக்குறுதி வழங்கினார். திவான் சீனிவாசராவ் தாண்டவராயப்பிள்ளையிடம் கான்சாகிபைப் பிடித்துத் தருவதாக வாக்குறுதி கொடுத்து விட்டு கான்சாகிபின் மதுரைக் கோட்டைக்குத் திரும்பி வந்தான்.

மூவர் சதித்திட்ட ஆலோசனை

கான்சாகிபின் தனிப்பட்ட சொந்த டாக்டர் பாபா சாகிப், கான்சாகிபின் இராணுவ ஆலோசகர் மார்ச்செண்ட் திவான் சீனிவாசராவ் ஆகிய மூவரும் தீவிர ஆலோசனையில் ஈடுபட்டனர். மூவரும் கலந்து ஆலோசித்துக் கடைசியில் கான்சாகிபைப் பிடித்துக் கொடுப்பதற்கு முழு மனதாக ஒத்துக் கொண்டனர். பின்னர் மூவரும் மதுரை மீனாட்சி அம்மன் கோயிலுக்குச் சென்றனர். கான்சாகிபைப் பிடித்துக் கொடுக்கும் ரகசிய சதித் திட்டத்தை வேறு யாரிடமும் சொல்வதில்லையென்று மூவரும் மீனாட்சி அம்மன் தெய்வம் முன்பு சத்தியப்பிரமாணம் செய்து விட்டுப் பின்னர் கோட்டைக்குத் திரும்பினர்.

மதுரை மீனாட்சி அம்மன் கான் சாகிபை எச்சரிக்கை செய்தல்

இந்நிலையில், கான் சாகிபிற்குப் பெரும் ஆபத்து தோன்றியுள்ளதென்று கருதி, மதுரை மீனாட்சி அம்மன் தெய்வம் ஒரு அந்தணப் பெண் உருவத்தில், உறங்கிக் கொண்டிருந்த கான் சாகிப் முன்பு தோன்றியது. கான் சாகிபின் தலைமாட்டில் அந்த அந்தணப் பெண் நின்று கொண்டு, “கான்சாகிபு, உன்னுடைய உப்பைத் தின்றுவிட்டு, உன்னைச் சேர்ந்தவர்கள், உனக்கே துரோகம் நினைத்து விட்டார்கள். நீ இறந்து போகப் போகிறாய். எனவே நீ உடனே தப்பிச் சென்று மலையாளம் போய்ச் சேர்” என்று

கான் சாகிபை எச்சரிக்கை செய்தது. அச் சமயத்தில் கான் சாகிபு திடீரென்று விழித்தெழுந்தார். அவர் பாப்பாரப் பேய் தன்னை வந்து மிரட்டிப் பயமுறுத்துவதாக மீனாட்சி அம்மனின் எச்சரிக்கையை அலட்சியம் செய்தார். தனது கோட்டைக்குள் அதிக எண்ணிக்கையில் படை வீரர்களை நியமித்துப் படை பலத்தை அதிகப்படுத்திக் கொண்டு, கான்சாகிப் மிகுந்த பாதுகாப்புடன் மதுரைக் கோட்டைக்குள்ளிருந்தார்.

கான்சாகிபின் இறுதிப் போர்

26.05.1764-ல் மிகப் பெரிய பீரங்கிகளை மதுரைக்கோட்டைவாயில்கள் முன்பு நிறுத்தி கும்பெனி வெள்ளைக்காரர்கள் போர் புரிந்து கொண்டிருந்தனர். இதனிடையில் 11,000 கூலியாட்கள் சுரங்கப்பாதை அமைப்பதில் ஈடுபட்டனர். ஜூன் 6-ம் தேதி கோட்டையின் வடமேற்குப் பகுதி இடைவிடாத பீரங்கித் தாக்குதலால் இடிந்து விழுந்தது. அதேசமயத்தில் ஆற்காடு நவாபும் மதுரை வந்து சேர்ந்தான். பொதுமக்கள் கும்பெனிக்கு எதிராகப் புரட்சி கோஷம் செய்தனர். இதனால் கும்பெனி ராணுவத்தின் நடவடிக்கைகள் பெருத்த அளவிற்குப் பாதிக்கப்பட்டன.

மதுரைக் கோட்டை மீது கும்பெனியார் தாக்குதல்

ஜூன் 10 ஆம் தேதி கும்பெனியார் பீரங்கிகளை வரிசையாக வைத்து சுடுவதற்குத் தயார் செய்தனர். 11 ஆம் தேதி நவாபின் கொடிகளைப் பறக்கவிட்டு, தளபதி காம்பெல் கோட்டைச் சுவர் மீது குண்டுகளை வீசும்படி கட்டளையிட்டான்.

கோட்டைச் சுவர்களின் மீது மஞ்சள் கொடிகள் பறந்தன. கான் சாகிப் தன்னுடைய வாழ்வின் இறுதிக் கட்டத்திலும் கூடப் போராடத் தயாராக இருப்பதை இக் கொடிகள் உணர்த்தின. கோட்டையில் இரண்டு பீரங்கிகள் மட்டும் சுட்டுக் கொண்டிருந்தன. சிறிது நேரத்திற்கெல்லாம் அவை மௌனமாகி விட்டன. கும்பெனிப் பீரங்கித் தாக்குதலால் மஞ்சள் கொடியும் சுருண்டு வீழ்ந்தது. ஆற்காடு நவாப் கோட்டை முற்றுகையை வெற்றிகரமாக முடித்தால்,

1,30,000 பொற்காசுகளைப் பரிசாக கும்பெனியாருக்கு வழங்குவதாக அறிவித்தான். கானின் படைத்தளத்திலிருந்து இரண்டு தளபதிகள் கோட்டையை விட்டு வெளியேறிக் கும்பெனியாரிடம் சேர்ந்து கொண்டனர்.

கான்சாகிப் எதிர்த்துப் போர் புரிதல்

13-ம் தேதியிலிருந்து 21-ம் தேதி வரை காப்டன் எலே, காப்டன் அலெக்ஸாண்டர் ஸ்மித், லெப்டினென்ட் ஹிட்ஹியர், ஜேம்ஸ் ஹாமில்டன் என்ற கும்பெனி அதிகாரிகளும், பல ஐரோப்பிய வீரர்களும் கான்சாகிப் வீசிய குண்டுகளால் கொல்லப்பட்டனர்.

கும்பெனியார் கோட்டை அகழிகளைக் கடப்பதற்கு 3000 முதல் 4000 போர் வீரர்களைத் தயார் செய்தனர். கான்சாகிப் அகழிகளில் ஆழமான புதைகுழிகளை வெட்டச் செய்தார். ஜுன் 23ல் 29 ஐரோப்பியர்கள் கொல்லப்பட்டனர். ஜுன் 26ல் கும்பெனி படையினர் கான்சாகிபால் வெட்டப்பட்ட புதைகுழிகளில் புதையுண்டு மடிந்தனர். கான்சாகிப் கோட்டைச் சுவர் மீது ஏறிய காப்டன் பிரெஸ்டனை துப்பாக்கியினால் சுட்டார். அவன் தரையில் வீழ்ந்தான். மொத்தம் 800 ஐரோப்பியர்களும், 2000 சிப்பாய்களும் அன்றைய போரில் கொல்லப்பட்டனர்.

கும்பெனியார் சமாதானக் கொடியை பறக்க விடுதல்

கோட்டை வாசலிலும், அகழிகளிலும் ஏராளமாக விழுந்து கிடந்த ஐரோப்பியப் பிணங்களை அப்புறப்படுத்த கும்பெனியார் ஒரு சமாதானக் கொடியை அனுப்பி வைத்தனர். கான்சாகிப் அதற்கு ஒத்துக் கொண்டார்.

மறுநாள் பெருமழை பெய்ததால், கும்பெனியார் திரும்பிச் சென்று விட்டனர். விடாது மழை பெய்து கொண்டிருந்தாலும், ஐரோப்பியர்கள் பலர் குண்டுகளால் தாக்கப்பட்டதாலும், மருத்துவ முகாம்களில் தரையில் காயம் பட்டோர் படுக்க வைக்கப்பட்டிருந்தனர். பலர் போதிய மருந்துகள் இல்லாததால் மடிந்தனர். மருத்துவ முகாம்களில் பிண நாற்றம் வீசிக் கொண்டிருந்தது. கான் சாகிப் விடாத மழையிலும், கோட்டைச் சுவர்களைப் பலப்படுத்தியும்

அகழிகளை ஆழப்படுத்தியும் கொண்டுமிருந்தார். கும்பெனிப் படைகள் தங்களுடைய படைத் தளங்களுக்கு புறமுதுகிட்டுத் திரும்பிச் சென்றனர்.

கும்பெனியின் கோட்டை முற்றுகை

நெடுநாட்களாகப் பலமுறை மதுரைக் கோட்டையைத் தாக்கிக் கைப்பற்ற செய்த முயற்சிகள் பலனளிக்காததைக் கண்ட கும்பெனியார், கோட்டைக்கு வெளிப்புறங்களிலிருந்து வரும் உணவுப் பொருட்களைத் தடுத்து நிறுத்தி செயற்கைப் பஞ்சத்தை உருவாக்கி கான் சாகிபைப் பணிய வைக்கத் தீர்மானித்து அதைச் செயல்படுத்தினர். உணவுப் பொருட்கள் கோட்டைக்குள் செல்வது தடுக்கப்பட்டது. கான்சாகிபிற்கு வெளியிலிருந்து வரும் உதவிகள் கொஞ்சம் கொஞ்சமாகக் குறைந்து கொண்டே போயின.

ஜூன், ஜூலை, ஆகஸ்ட் மாதங்களில் மதுரைக் கோட்டை கானின் படைகளால் தீவிரமாகப் பாதுகாக்கப்பட்டு வந்தது. அதனால் வெளியிலிருந்து கோட்டைக்கு வரும் பொருட்கள் குறைந்து கொண்டே போனது கோட்டைக்குள் இருந்த படை வீரர்களுக்கு அச்சத்தை ஏற்படுத்தியது. குறிப்பாக ஐரோப்பியப் படை வீரர்கள் விரைவில் மதுரை வீழ்ந்து விடும் என்பதைப் புரிந்து கொண்டார்கள். இரண்டு பேர் மூன்று பேராகக் கோட்டையை விட்டு வெளியேற ஆரம்பித்தார்கள்.

இப்படி வெளியேறுபவர்கள் பிடிபட்டால் அவர்களுக்கு மரணதண்டனை வழங்கப்பட்டது. இருந்தாலும் படை வீரர்கள் தப்பிச் செல்வது நிற்கவில்லை. குதிரைகள், பட்டினியாக இருப்பதாக வீரர்கள் புகார் சொல்ல ஆரம்பித்தார்கள். கோட்டைக்குள் எல்லோருக்கும் வழங்கப்பட்டு வந்த உணவு குறைய ஆரம்பித்தது.

சில நாட்களில் கோட்டைக்குள் இருந்தவர்கள் குதிரைகளை உணவாக உண்ண ஆரம்பித்தனர். கான் சாகிப் மனமுடைந்து போக ஆரம்பித்தார். அவர் உதவிக்கு வரும் என்று எதிர்பார்த்த படையினர் யாரும் வரவில்லை. கோட்டைக்குள் கெட்டுப்போன உணவை உண்டு பலர் மரணமடைந்தார்கள். இறந்தவர்களின் சடலங்கள் மதுரை நகரில் ஆங்காங்கே சிதறிக் கிடந்தன. வீடுகள் இடிந்து கிடந்தன. நோயாளிகள்

எண்ணிக்கை கூடிக் கொண்டிருந்தது. எனினும் கான்சாகிப் கீழ்ப்படியவில்லை. "பல்வேறு நாட்டினர் பெரும் கூட்டமாகச் சேர்ந்து கொடுத்த இவ்வளவு இன்னல்களையும் மகிழ்ச்சியோடு மனமிசைந்து சகித்துக் கொண்டு அவர் சொற்படி அவருடன் இருந்தவர்கள் நடந்து வந்தது கான்சாகிபின் திறமையை நன்கு விளக்கும்" என்று ஒருவர் குறிப்பிடுகிறார்.

கான்சாகிப் கும்பெனியாருக்கு வேண்டுகோள் விடுதல்

தன்னை நம்பிய மக்கள் துன்பப்படுவதையும், மடிவதையும் கண்டு கான் சாகிப் மிகவும் மனம் வருந்தினார். "என் குடும்பத்தோடு என்னைச் சேர்ந்த பரிவாரங்களோடு மரியாதையாக வெளியேறி வேறு எங்காவது செல்வதற்கு எனக்கு அனுமதி அளித்தால் கோட்டையை விட்டு விடுகிறேன்" என்று தூதுவன் மூலம் கான் சாகிப் தூதனுப்பினார். ஆனால் கும்பெனித் தளபதி காம்பெல் அதற்கு ஒத்துக்கொள்ளவில்லை. கான்சாகிப் எந்த நிபந்தனையும் இல்லாமல் கும்பெனியாரிடம் சரணடைய வேண்டுமென காம்பெல் கடுமை காட்டினான்.

ஆற்காடு நவாப் கான் சாகிபை பாதுகாப்பாகச் செல்ல அனுமதிக்கக் கூடாது என்று கூறுதல்

கான்சாகிபால் இதுவரை ஒரு கோடி ரூபாய் வரை செலவழிந்திருப்பதாக ஆற்காடு நவாப் கூறினான். எனவே அவனைப் பாதுகாப்பாகச் செல்ல அனுமதிக்கக் கூடாது என்று காம்பெலிடம் நவாப் வற்புறுத்தினான். இதையடுத்து கானின் நிபந்தனைகள் செப்டம்பர் 24ம் தேதி முழுமையாக மறுக்கப்பட்டன. இந்தப் பேச்சுவார்த்தைகளை கும்பெனித் தளபதி கேம்பலுடன் நடத்தியது கானுக்கு நெருக்கமான அவரது தளபதி பிரெஞ்சுக்காரரான மார்செண்ட் ஆகும்.

கான்சாகிப் ஏழைகளையும், நெசவாளர்களையும் வெளியில் அனுப்புதல்

பேச்சுவார்த்தை தோல்வியடைந்த நிலையில் கான் கோட்டையிலிருந்து தப்பிச் செல்லலாம் என்பதால், சுற்றுப்புறங்களில் கும்பெனிப் படைகளின் ரோந்துப் பணிகள் தீவிரமடைந்தன. கோட்டைக்குள் நிலைமை

மோசமாகிக் கொண்டே வந்தது. கான் சாகிப் கோட்டைக்குள் இருந்த ஏழைகளையும், நெசவாளர்களையும் வெளியில் அனுப்பினார்.

கான்சாகிப் மார்செண்டை சவுக்கால் அடித்தல்

கான்சாகிப் இப்படிப்பட்ட தர்மசங்கடத்தில் மனம் குழம்பித் தத்தளித்தார். அவர் நம்பிக்கை இழந்து உற்சாகம் குன்றி ஏக்கமடைந்து மிதமிஞ்சிய கோபத்தோடு காணப்பட்டார். அவர் கொந்தளிப்பால் சில வேளைகளில் நிதானமின்றி அறிவில்லாதவர் போல் நடந்து கொண்டார். ஒரு சமயம் கான் சாகிபும் தளபதி மார்செண்ட்டும் பேசிக் கொண்டிருந்தனர். மார்செண்ட் கானுக்கு எதிராக எதிர்த்துப் பேசியபோது, அதைப் பொறுக்க முடியாமல் கான்சாகிப் அவர் வைத்திருந்த சவுக்கால் மார்செண்டை அடிக்க நேர்ந்தது. இந்த அவமானத்தால் மார்செண்ட் மனதில் கான் சாகிபிற்குத் துரோகம் செய்யும் எண்ணம் தோன்றியது.

அத்தியாயம் - 16
கான்சாகிப் துரோகிகளால் கைது செய்யப்படுதல்

மார்செண்ட் கான்சாகிபிடம் விசுவாசமாக இராணுவச் சேவை ஆற்றிக் கொண்டிருந்தான். அவன் இப்போது துரோகம் செய்யத் துணிந்தான். கான்சாகிப் வெற்றி பெறுவார் என்ற நம்பிக்கையை இழந்ததோடு கான்சாகிப் வெளியேறி தான் மட்டும் ஆற்காடு நவாபிடம் அகப்பட்டுக் கொண்டு விடுவோம் என்ற அச்சத்தில் மார்செண்ட் கான்சாகிபைக் காட்டிக் கொடுத்து எதிரிகளிடம் லாபம் அடையலாம் என்று கருதினான்.

அவன் சீனிவாசராவ், பாபா சாஹிப் ஆகியோரோடு சேர்ந்து கொண்டு கான் சாகிபை கைது செய்வதற்கான திட்டத்தை வகுத்தான்.

சதிகாரர்கள் தங்கள் திட்டத்தை நிறைவேற்ற அக்டோபர் 13-ம் தேதி காலை 10 மணியைத் தேர்வு செய்தனர். அன்று காலை முழுவதும் கான்சாகிப் சதிகாரர்கள் கண்களில் தென்படாத காரணத்தால், சதித்திட்டத்தை மாலை 5 மணிக்கு மாற்றிக் கொண்டனர்.

மார்ச்செண்டும் சதிகாரர்களும் மாலை 5 மணிக்கு ஒரு அறைக்குச் சென்றனர். அந்த இரகசிய அறையில்தான் கான்சாகிப் தன்னை மறந்து கடவுள் வணக்கம் (நமாஸ் படித்தல்) செய்து கொண்டிருந்தார். சதிகாரர்கள் பின்புறமாகச் சென்று கான்சாகிப் மேல் விழுந்து அமுக்கி அவருடைய தலைப்பாகைத் துணியைக் கொண்டே அசைய முடியாமல் அவரை இறுக்கக் கட்டி விட்டனர்.

"என்னை இப்பொழுதே வாளால் கொன்று விடுங்கள். அந்த நவாபு கையில் காட்டிக் கொடுக்காதீர்கள்" என்று அவர் வேண்டிக் கேட்டுக் கொண்டார். கான்சாகிபை தூக்கிச் சென்று மார்செண்ட் வீட்டின் பக்கத்திலுள்ள ஓர் அறையில் சிறை வைத்துக் காவல் காத்தான். பிறகு எதிரிகளுக்குத் தூது அனுப்பி நிபந்தனைகள் பேசினர். கோட்டைக்குள் நடந்த இந்த நிகழ்ச்சிகள் பற்றி வெளியே யாருக்கும் தெரியவில்லை.

கானைக் காப்பாற்றக் கடைசி முயற்சி

திடீரென்று கானின் அந்தரங்கத் தளபதிகளில் ஒருவனான சண்முக வேலாயுத முதலி என்பவன் கானின் கதியைக் கண்டு கலங்கினான். அவன் மாஷாவின் அந்தப்புரத்திற்குச் சென்று நடந்தவற்றையெல்லாம் கானின் மனைவி மாஷாவிடம் கூறினான். பின்னர் 600 போர் வீரர்களுடன் மார்செண்டின் விடுதி நோக்கிப் பாய்ந்து சென்றான். முதலி மார்செண்டின் விடுதியிலிருந்து கான்சாகிபைக் காப்பாற்ற முயன்ற போது, மார்செண்ட் தனது உடைவாளால் முதலியை வெட்டி வீழ்த்திக் கொன்று விட்டான். முதலி இறந்தவுடன் படை வீரர்கள் மார்செண்டுக்குப் பணிந்து நின்றனர். உடனே

மார்செண்ட் இரண்டு பீரங்கிகளைத் தன் வீட்டு வாசல் முன்பு நிறுத்தி வைத்தான்.

மாஷாவின் கடைசி முயற்சி

இந்தச் சமயத்தில் அந்தப்புரத்திலிருந்த கான்சாகிபின் மனைவி பிரெஞ்சுத் தளபதி மார்செண்டிற்கு ஒரு கடிதம் எழுதினார். அந்தக் கடிதத்தில் தனது கணவரை விடுதலை செய்தால், கோட்டையையும் அதிலுள்ள பொக்கிஷங்களையும் மார்செண்டிடம் ஒப்படைப்பதாக எழுதியிருந்தார். மார்செண்டோ கானைக் கைது செய்தது இந்தியத் தளபதிகள்தான் என்றும், தான் கைது செய்யவில்லை என்றும் எனவே தன்னால் கான்சாகிபை விடுதலை செய்ய முடியாது என்றும் அறிவித்து விட்டான்.

மூடு பல்லக்கில் கான்சாகிப்

கும்பெனித் தளபதி காம்பெல் ஏராளமான படைகளைக் கோட்டையின் நான்கு திசைகளிலும் நிறுத்தினான். ஆகஸ்டு 14ம் தேதி காலை 6 மணிக்கு காம்பெல், பெரிக்னியும் மேற்கு வாசல் வழியாகக் கோட்டைக்குள் சென்றனர். பின்னர் மார்செண்டும், காம்பெலும் கான்சாகிபை கும்பெனிப் படைத் தளத்திற்கு மூடு பல்லக்கில் கொண்டு சென்றனர். 10 மணிக்கு சதிகாரன் சீனிவாசராவ், பத்ருதீன் தார்வேஷ் ஆகிய இருவர் நவாபுடன் பேச்சுவார்த்தைகளை முடித்துக் கொண்டு திரும்பி வந்தனர். கான் சாகிபை மூடு பல்லக்கில் நவாபின் படை முகாமிற்குக் கொண்டு சென்றனர். அன்றிரவு அந்தப் பல்லக்கு பெருமாள் கோயிலில் வைக்கப்பட்டிருந்தது. கான்சாகிபின் மனைவி மாஷாவும், மகன் சுல்தானும் கைது செய்யப்பட்டு உடனடியாகத் திருச்சிக்கு அனுப்பி வைக்கப்பட்டனர். எல்லோருக்கும் திருப்தி அளிக்கும் வகையில் மதுரை முற்றுகை முடிந்தது.

கான்சாகிபின் பயங்கர இறுதி முடிவு

கும்பெனிக் கவர்னரும், குழுவினரும், கான்சாகிபிற்கு எவ்விதமான தண்டனை வழங்குவது என்பதை நவாப் தான் விரும்பும் வண்ணம் முடிவெடுத்துக் கொள்ளலாம் என்று அறிவித்தனர். 15.10.1764-ம் ஆண்டு திங்கட்கிழமை மாலை

ஐந்து மணிக்கு மதுரையை அடுத்த 'டபேதார் சந்தை' என்னுமிடத்திலுள்ள மாமரத்துக் கிளையில் நவாப் மார்செண்ட் முன்னிலையில் கான்சாகிப்தூக்கிலிடப்பட்டார். "ஜெயித்தால் சிம்மாசனம், தோற்றால் தூக்குமேடை" என்று கர்ஜனை புரிந்த கான் சாகிப் சாவுக்கு அஞ்சாது இறக்கும் வரை மாவீரனாகவே காட்சி அளித்தார். அவர் மனம் வருந்திச் சிறிதும் தலைகுனியவில்லை.

பின்னர் கான்சாகிபின் உடல் கண்டம் துண்டமாக வெட்டப்பட்டது. அவரது தலை திருச்சிக்கும், வலது கை திருநெல்வேலிக்கும், இடது கை தஞ்சாவூருக்கும், வலது இடது கால் திருவாங்கூருக்கும் அனுப்பி வைக்கப்பட்டு, அந்தந்த ஊர் வாசலில் தொங்கவிடப்படும்படி செய்யுமாறு ஆற்காடு நவாப் கட்டளையிட்டான். கான்சாகிபின் எஞ்சிய உடல் மட்டும் மதுரையில் 'சம்மட்டிபுரம்' என்னும் பகுதியில் அடக்கம் செய்யப்பட்டது. 1808 ஆம் ஆண்டு 'ஷேக் இமாம்' என்னும் முஸ்லீம் பெரியவர் மதுரை சம்மட்டிபுரத்தில் ஒரு மசூதி கட்டி, அதற்குக் 'கான்சாகிப் பள்ளிவாசல்' என்று பெயரிட்டார். மறைந்த மாவீரனின் மனைவி மாஷா தனது மகனுடன் கேரளம் சென்று விட்டார்.

கான்சாகிபை தூக்கிலிட்டபோது நிகழ்ந்த அதிசயங்கள் என்று 'கான்சாகிபு சண்டை' கூறுவது:

கான்சாகிபைத் தூக்கிலிடுவதற்கு முன்னர், கும்பெனிப் படைத் தளபதிகளும், நவாபும் சோறும், தண்ணீரும் கொண்டு வந்து கொடுத்தனர். கான்சாகிப் அந்தச் சோற்றை தன் இரு கால்களாலும் எட்டி உதைத்தார். அவரது கண்களில் பச்சைக் கற்பூரம் வைத்துக் கட்டித் தூக்குக் கயிற்றில் தொங்க விட்டனர். எவ்விதக் களைப்போ சோர்வோ இன்றி அவர் காணப்பட்டார். அவர் கழுத்தில் சுருக்கிடப்பட்டது. ஆனால் தூக்குக் கயிறோ அவரது உடலின் எடையைத் தாங்காமல் மூன்று முறை அறுந்து கான் கீழே விழுந்தார். பின்னர் கான் சாகிபு மலையாளத்து மாந்திரீகன் கொடுத்த நரிக் கொம்புச் சிமிழ் ஒன்று தன் உச்சிப் பிடரியில் இருக்கிறது. அதை எடுத்தால் தான், தான் சாவேன் என்று கூறினாராம். உடனே நவாபும், கும்பெனியாரும் ஒரு கத்தியினால் அவரது

பிடரியைக் குத்தி, அந்தச் சிமிழை வெளியே எடுத்ததாக 'கான்சாகிபு சண்டை' விவரிக்கிறது.

செத்தவன் உடலில் சீறியது சிவப்பு ரத்தம்

கான் சாகிபைத் தூக்கிலிட்ட அன்றிரவு அவரது இறந்த உடலுக்குப் பாதுகாப்பாக நவாபின் சிப்பாய்கள் காவலிருந்தனர். சிப்பாய்கள் கனவில் கான் சாகிப் தோன்றினார். தன்னுடைய மனைவி மாஷாவிடத்தில் மலையாளத்து மாந்திரீகன் கொடுத்த தங்கப் பிரம்பும் பொம்மக்கா சொம்பும் உள்ளது. மாணிக்கச் சொம்புத் தண்ணீரைத் தன் உடல் மீது தெளித்து, தங்கப் பிரம்பினால் தட்டினால், தான் திரும்பவும் உயிர் பெற்று மூன்றாம் நாள் எழுந்து விடுவதாகக் கான்சாகிப் கனவில் கூறினார் என்று சிப்பாய்கள் நவாபிடம் கூறினார்கள். நவாப் தூக்குக் கயிற்றில் தொங்கிய கானின் சுண்டு விரலை அறுத்துப் பார்த்தான். அதிலிருந்து சிவப்பு ரத்தம் சீறிப் பாய்ந்து வந்தது. எனவே நவாப் கான் சாகிப் உயிர் பெற்று எழுந்து விடுவான் என்று பயந்து உடலைக் கண்டந் துண்டமாக வெட்டக் கட்டளை இட்டதாகக் 'கான்சாகிபு சண்டை' விவரிக்கிறது.

கானைப் பிடித்துக் கொடுத்த திவான் சீனிவாசராவை, உண்ட வீட்டுக்கு இரண்டகம் நினைத்த அவனை நவாப் தூக்குக் கயிற்றில் தொங்க விட்டான். கானைக் காட்டிக் கொடுத்த பாபா சாகிபிற்கு பெருங்குடி கிராமத்தையும், கானைத் தூக்கிலேற்றுவதையே தனது லட்சியமாகக் கொண்டிருந்த சிவகங்கைச் சீமை பிரதானி தாண்டவராயப்பிள்ளைக்கு சோழபுரம் என்ற ஊரையும் பட்டயமாக நவாப் எழுதிக் கொடுத்தான்.

ஆங்கிலேயர்களைப் பொறுத்தவரை மதுரை முற்றுகையால் அவர்களுக்குப் பெரிய லாபம் கிடைக்கவில்லை. அவர்களுடைய தளபதியிடமே அவர்கள் மோசமாக நடந்து கொள்வார்கள் என்ற கெட்ட பெயர்தான் கிடைத்தது. கான்சாகிபிற்குப் பிறகு மதுரைக்குப் பொறுப்பாக வந்தவர்களால் அவரை விட மிகச் சிறந்த நிர்வாகத்தையோ, வரி வசூலையோ தர முடியவில்லை. மதுரைக் கோட்டை முற்றுகையிடப்பட்டிருந்தபோது, "மெயின் கார்ட் ஸ்கொயர்"

என்று அழைக்கப்பட்ட இடத்தில் கான்சாகிப் தங்கியிருந்தார். அந்த இடம் தற்போது 'ஜான்சி ராணி பூங்கா' என்று அழைக்கப்படுகிறது. அந்தப் பூங்காவிலிருந்து மேலவாசலை நோக்கிச் செல்லும் சாலை 'கான் சாகிப் மேட்டுத் தெரு' என்றும், பேச்சு வழக்கில் 'கான்சா மேட்டுத் தெரு' என்றும் அழைக்கப்படுகிறது.

கான்சாகிப் பெயரில் உள்ள நினைவிடங்கள்

திருவில்லிபுத்தூர் வத்திராயிருப்பு அருகே முகமது கான் சாகிப்புரம் என்று அழைக்கப்பட்ட ஊர் தற்போது 'கான்சாபுரம்' என்று அழைக்கப்படுகிறது. நெற்கட்டான் செவ்வலுக்குத் தென்புறம் ஒரு பெரிய மேடு உள்ளது. இப்போது அது 'கான்சாமேடு' என்று அழைக்கப்படுகிறது. முகமது யூசுப்கான் மக்களால் 'கான்சாகிப்' என்று அழைக்கப்பட்டார். மதுரையில் சில தெருக்கள் அவர் பெயரால் அமைந்துள்ளன. மதுரை தெற்கு மாசி வீதிக்கும், தெற்கு வெளி வீதிக்கும் இடையில் உள்ள தெரு 'கான்சா மேட்டுத் தெரு' என்று அழைக்கப்படுகிறது. மதுரை கீழவெளி வீதிக்கும் இராமநாதபுரம் சாலைக்கும் மூன்று சாலைக்கும் இடையில் உள்ள இடம் இவர் பெயரால் 'கான்பாளையம்' என்று அழைக்கப்படுகிறது. வீராணம் ஏரியிலிருந்து பாசனத்திற்காக வெட்டப்பட்ட கால்வாய் 'கான்சாகிப் வாய்க்கால்' என்று அழைக்கப்படுகிறது. 1759வது ஆண்டில் தாமிரபரணி நதியில், நதியுண்ணி அணையைக் கட்டி கான்சாகிப் விவசாய வளத்திற்கு வழியமைத்தார். இன்றும் அது தொடர்பான கல்வெட்டு நிதியுண்ணி அணையில் காணப்படுகிறது.

ஒன்றுக்கும் உதவாதவன் என்று பனையூரிலிருந்து விரட்டப்பட்ட மருதநாயகம், பாண்டிச்சேரி சென்று அங்கு 'கான்சாகிப்பாக' மாறினார். ஏவலர் பணியை இன்முகத்துடன் அவர் ஏற்றுக் கொண்டு பல்வேறு மொழிகளைக் கற்றுக் கொண்டார். தனது திறமை, உழைப்பு, நாணயம், நம்பிக்கை ஆர்வம் இவற்றால் படிப்படியாக முன்னேறி, தெற்குச் சீமையின் கவர்னராக உயர்ந்தார். அவரது திறமை, வலிமை, வளர்ச்சி, ஏற்றம், புகழ், பெருமை கண்டு அனைவரும்

அச்சமும் பீதியும் கொண்டனர். அன்னியர் துரோகம் செய்தனர். ஆங்கிலேயரும், ஆற்காடு நவாபும் அவர் மீது போர் தொடுத்தனர். நண்பர்கள் நயவஞ்சகர்களாக மாறி எதிரிக்குக் காட்டிக் கொடுத்தனர். எனினும் கான்சாகிப் சிறு நரிகளின் கூட்டத்தை எதிர்த்து சிங்கமாக நின்று எதிர்த்துப் போர் புரிந்தார். 15.10.1764-ல் அவர் தூக்கு மேடையை முத்தமிட்டு, 'கம்மந்தான் கான்சாகிப்'பாக கல்லறையில் துயில்கின்றார். ஆங்கிலேயரை எதிர்த்து விடுதலை முழக்கமிட்ட வீர மறவர்கள் பலர் தூக்கிலிடப்பட்டனர். அதில் முதலிடம் வகிப்பவர் மருதநாயகம் என்ற கான்சாகிபாகும்.

கான்சாகிப் தூக்கிலிடுவதற்குச் சில நாட்களுக்கு முன்பு தன் மகன் சுல்தானைக் காணத் துடியாய் துடித்தார். மகனைப் பார்த்துப் பேச தளபதி காம்பெலுக்கு வணக்கமாக கான் சாகிப் கடிதம் எழுதினார். மிருகத்தையும் விட மிகக் கொடியவர்களாக, ஈவு இரக்கமில்லாத ஆற்காடு நவாபும் கும்பெனித் தளபதிகளும், கான்சாகிபிற்கு மகன் சுல்தானைப் பார்க்க அனுமதி மறுத்து விட்டனர். கான்சாகிப் பிள்ளைப் பாசத்துடன், தேசிய விடுதலை ஆர்வத்துடன் தூக்குக் கயிற்றை முத்தமிட்டு வீர மரணமடைந்தார்.

மாவீரன் மருதநாயகம்
பனையூரில் பிறந்தான்
படிப்பைத் துறந்தான்
'மருதநாயகமாய்' மாடுகள் மேய்த்தான்
மாங்காய்கள் பறித்து மகிழ்ந்து திரிந்தான்
காட்டு வழிப் பாதையில்
கண்டெடுத்த தளபதியால்
புதுச்சேரி பூமி புகுந்தான்
மாஷாவைக் கண்டு மகிழ்ந்து
மணம் செய்து 'கான்சாகிபானான்'
சிப்பாய் படையின்
சிறந்த தளபதியாய்

வெற்றிகள் குவித்தான்
வீரனாய்த் திகழ்ந்தான்
ஆலவாய் மதுரையின்
ஆற்றல்மிகு 'கவர்னராய்'
திட்டங்கள் வகுத்து
திறமையாய் செயல்பட்டான்
வெள்ளையரை எதிர்த்து
வீரப்போர் புரிந்தான்
நல்லவர்போல் நடித்த
நயவஞ்சக நரிகளால்
காட்டிக் கொடுக்கப்பட்டு
தூக்குக்கயிற்றில் தொங்கி
வெடித்த புரட்சிக்கு
வித்திட்டான் கான்சாகிப்.

— பாணன்

நூலுக்கான ஆதாரங்கள்

1. வீர விலாசம் – எம்.எஸ்.சுப்பிரமணிய ஐயர்
2. கான்சாகிபு சண்டை – பதிப்பாசிரியர் நா.வானமாமலை
3. கான்சாயபு கம்மந்தான் – அ.மாதவையா
4. கான்சாகிபு கம்மந்தான் – துர்க்காதாஸ் எஸ்.கே.சுவாமி
5. Yusuf Khan the Rebel Commandant S.Charles Hill
6. Marutha Pandiyan The Fateful XVIII Century Rev. Father Baauche

குறிப்புகளுக்காக...